வேசடை

நாவல்

ஏக்நாத்

தமிழ்வெளி

வேசடை
~ நாவல் ~
ஏக்நாத் ©

VESADAI
~ Novel ~
Egnath ©

முதல் பதிப்பு: செப்டம்பர் – 2019
பக்கங்கள்: 118

First Edition: September – 2019
Pages: 118

தமிழ்வெளி: # 10
பதிப்பு: வசந்தி கலா

ISBN: 978-81-936910-7-6

வெளியீடு
தமிழ்வெளி @ TAMIZHVELI
www.Tamizhveli.Com
1 – பாரதிதாசன் தெரு, சீனிவாசா நகர்
மலையம்பாக்கம், சென்னை – 600122
அலைபேசி: +91 90 9400 5600
மின்மடல்: tamizhveli.com@gmail.com
F – Tamizhveli   T - Tamizhveli

மேலட்டை: ராஜன்
வடிவமைப்பு: M Creative

நூலாக்கம் & அச்சு: PY – 01 Literature

₹ 100/-

நெல்லிக்கனியென சுழலும் மண்ணின் வரலாறு

ஏக்நாத்-தை ‘தினகரனி’ல் இருந்த காலத்தில் தெரியும். முதல் பார்வையில் பெயரையும் நிறத்தையும் பார்த்து, சௌகார்பேட்டை சேட்டு என்று எண்ணினேன். அவரின் எழுத்துகளின் வாயிலாகத்தான் தெக்கத்தி ஆத்மா என்பதை உணர்ந்து கொண்டேன். அதற்குப் பிறகு மனசுக்குள் அவருடன் நெருக்கம் உண்டானது. எழுத்தாளனாக, வலைப்பதிவு துவங்கிய நாளில் இருந்து அறிவேன். ‘கெடை காடு’, ‘ஆங்காரம்’ நாவல்களை வாசிக்கையில் அம்பாசமுத்திரம், கல்லிடைக்குறிச்சி, பாபநாசத்தின் மண்ணின் வாசம் மூக்கைத் துளைப்பதை உணர்ந்திருக்கிறேன்.

அகத்திய முனிவர் காவேரி நதியை தன் சிறுகமண்டலத்தில் அடைத்தாராம். அதைப்போன்று ஏக்நாத், பாபநாசம் பகுதியை ஒரு சிறு கமண்டலத்தில் அடைத்து தன்னோடு சென்னைக்கு எடுத்து வந்து மிக பத்திரமாக வைத்திருக்கிறார். அந்த தாமிரபரணியின் குளுமையை அந்த மண்ணின் மனிதர்களின் வட்டார மொழியை தன் விரலோடு வைத்திருக்கிறார். அலங்காரமற்ற அசலான எழுத்து.

மண்ணின் கதைகளை மச்சங்களை போல தன்னோடு சுமந்து அலைகிற மனிதனாக, சென்னையின் இயந்திர வாழ்வின் நெருக்கடிக்களுக்கிடையிலும், நாம் தினம் சுவாசிக்கும் டீசல் புகைக்கும் நடுவிலும், தாமிரபரணி

படித்துறையில் வீசுகிற காற்றாக உலவுகிறார் ஏக்நாத்.

இந்த வேசடை நாவல், பனஞ்சாடி என்ற கிராமத்து மனிதனைப் பற்றிய கதை. நம் கிராமத்தின் கதைகளும், மண்ணின் வரலாறும் வயதான பெரிய மனிதர்களின் நாக்குக்கிடையே ஒரு நெல்லிக்கனியாகச் சுழண்டு கொண்டிருக்கிறது என்பதை அறிவோம். அதைப்போன்று பனஞ்சாடி உடலில் உள்ள தழும்புகளைப் போல, ஊரின் கதைகளைச் சுமந்தலைகிறார்.

உலகமெங்கும் ஆதிகுடிகள், தங்களின் பூர்வீக நிலத்தை விட்டு அதிகாரத்தின் கைகளால் விரட்டப்படுகிறார்கள். இங்கே பனஞ்சாடி புறம்போக்கு நிலத்தின் பட்டாவிற்காக அரசு அலுவலகப்படிகளை ஏறியும் இறங்கியும் கடக்க முயல்கிறார். படிகள் முடிந்தபாடில்லை. அரசு இயந்திரம், சாதாரண கிராமத்தானை அலைக்கழிக்கிறக் கதையை ஏக்நாத் சொல்லவருகிற வேளையில், பனஞ்சாடி என்கிற மண்ணின் மைந்தன் வாழ்க்கையில் கடந்து போகிற மனிதர்களைப் பற்றி, அந்த மண்ணின் இன்றைய வாழ்க்கைப் பற்றி சொல்ல வருகிறார்.

சென்னைக்கு மிக அருகில் என்கிற விளம்பரங்களைப் பார்க்கையில் திண்டிவனத்திற்கு அருகே உள்ள அத்தனை விளைநிலங்களும் வீட்டு மனைகளாக மாறிய கொடூரத்தைப் பார்க்க முடிகிறது. அதைப் பற்றி வேசடை ஒரு கிராமத்தானின் குரலாய் ஒலிக்கிறது.

'இங்க, எதை வித்தாலும் வாங்கத்தான் ஆளுவோ இருக்கே. மனுஷனைக் கூறு போட்டு வித்தாலும் மலிவா கிடைச்சா வாங்கிட்டு போயிருவானுவோ'' என்ற ராமசாமியிடம், "இதெல்லாம் நாங்க ஆடு, மாடு மேய்ச்ச இடம்" என்றார் ஏக்கமாக.

இளநியை வெட்டுவது ஒரு கலை என்றால், இளநியை உறிஞ்சு குழல் இன்றி, இமைக்கும் பொழுதிற்குள் மொத்தமாக வாயினுள் கவிழ்த்து, உடல் மீது ஒரு சொட்டுப்படாமல் குடிப்பதும் ஒரு கலைதான். பனஞ்சாடி இளநீ குடிக்கிற அழகை "இதாம் பெரிய மனுஷம் பெரிய மனுஷம்ங்கது. அவ்வோ எப்படி குடிச்சாவோ பாத்தல்லா? ஒரு சொட்டு சிந்துச்சா... என்ன எளநீ குடிக்கேரு" என்றான் சுப்பையா மகன். என்று நாவலாசிரியர் எழுதுகிறார்.

ஒரு கிராமத்தான் வயலில் விளைகிற நெல் நாற்றையும், தன் மாட்டையும், ஆட்டையும், நாயையும் சக மனிதனாக நினைத்து அதனிடம் ஆசையாய் பேசுவதை, தன் கஷ்டங்களைச் சொல்லி புலம்புவதை, தன் பிள்ளையாக எண்ணி கொஞ்சுவதை, திட்டுவதைப் பார்த்திருக்கிறேன். அப்படி ஓர் இடம் நாவலில் வருகிறது.

"செடியும் செத்தையுமாகக் கிடக்கும் இந்தப் பாழடைந்த கிணற்றுக்குள் இருந்து ஏதோ ஓடும் சத்தம் கேட்டது. அந்தச் சாம்பல் வண்ண பாம்பாக இருக்கும் என்று நினைத்தார். இங்கு அடிக்கடி அந்தப் பாம்பைப் பார்க்கிறார். இவருக்காகவே காத்திருப்பது போல, அது பதுங்கியிருக்கிறது. இவர் அந்தப் பகுதியைக் கடக்கும்போது இடதுபக்கம் தற்செயலாகத் திரும்பினால் கூட அந்தப் பாம்பைப் பார்க்க முடிகிறது.

வேறு யாரும் என்றால், கல்லால் அடித்துக் கொண்டிருப்பார்கள். பனஞ்சாடிக்கு அதைக் கொல்லத் தோன்றவில்லை. அது கொல்லப்பட்ட, அம்மாசியின் இன்னொரு உருவம் என நினைத்தார்.

"இங்ஙன ஒண்ணுக்கு இருக்க பயமாதான் இருக்கு. இங்கென்ன பார்வை சாமானை? படுக்காளி பயல போ, ஏல அம்மாசி, போல..." என்று பாம்பிடம் செல்லமாகப் பேசுவார் பனஞ்சாடி. அவர் பேசும்போது, உடலை மரக்கிளையில் நன்றாகச் சுற்றி சுற்றித் தலையை மட்டும் நீட்டி, ஆட்டிக்கொண்டே இருக்கிறது, அவர் பேச்சைக் கேட்பது போல.

இந்தப் பாழடைந்த கிணறு, தண்ணீரால் நிறைந்திருந்த ஒரு காலத்தில், அதில் அம்மாசி கொலை செய்யப்பட்டுக் கிடந்தது, அவருக்கு ஞாபகம் வந்தது. ஒவ்வொரு முறை கிணற்றைக் கடந்து செல்லும்போதும் தனது பிராயத்தில் பலியாகிப்போன அம்மாசி, கண்முன் வந்துவிடுகிறார்.

கிணற்றை எட்டிப் பார்த்தார். நிலவின் வெளிச்சத்தில் அம்மாசி, தன்னைப் எதிர்நோக்கிப் படுத்திருப்பது போல தெரிந்தது.

சாபம் என்கிற சொல்லை கிராமங்களில் நாம் இடையறாது கேட்ட வண்ணம் இருப்போம். அப்படியொரு சாபத்தின் சாம்பலில் விளைந்தத் தீ என்பவரின் கதையொன்று. வயலில்

மேய்ந்த பசுமாட்டை துரத்த விட்டெறிந்த பண்ணரிவாள் பட்டு, மாட்டின் நாக்கு அறுப்பட்டு விடுகிறது. அந்தப் பசுமாடு பெருங்குரல் கொண்டு அலறி, ரத்தம் சிந்தி இறந்து போகிறது. அந்த மாட்டின் மரணத்திற்குப் பிறகு, அரிவாள் வீசியவனின் வம்சத்தில் பிறக்கிற ஆண் வாரிசுகள் குரலற்றவர்களாகப் பிறக்கிறார்கள் என்கிற ஒரு கதை.

இப்படி நாவல் நெடுக, ஆட்டின் புழுக்கைகளாகக் கதைகள் வரிசைகட்டி நிற்கின்றன. ஒவ்வொன்றும் அந்த மண்ணின் மணத்தையும், குணத்தையும் வாழ்க்கையையும் நம்மிடம் அப்படியே அப்பழுக்கின்றி ஒப்படைக்கின்றன.

எழுத்து, ஏக்நாத்திற்கு இன்னும் கைகூடி வந்துவிட்டால், மண்ணை எழுதுகிற ஒப்பற்ற எழுத்தாளர்களின் வரிசையில் அவருக்கான இடம் கிடைத்துவிடும். நண்பருக்கு அந்த இடம் விரைவில் கிடைக்க வாழ்த்துகிறேன்.

நன்றி

பேரன்புடன்
G.வசந்தபாலன்

பெருங்கற்கள் சுமக்கும் குளம்

இன்னும் வற்றாமல் இருக்கிறது என் குளம். அலையில் ஆடி ஆடி, தளும்பி நிற்கிற குளம் அது. நினைத்தால் முங்கலாம், நீந்தலாம். கரை அமர்ந்து ரசிக்கலாம். இல்லையெனில் குளிக்காமலும் நடக்கலாம். குளத்துக்குக் கோபமில்லை. இந்தக் குளத்தில் பெருங்கல் எறிந்தவர்கள் பலர். அந்தக் கற்கள் நிரம்பி நிரம்பி மேலே எவ்வி நிற்கிறது, நீர். அந்த நீரில் இருந்துதான் என் வயல்கள் விளைகின்றன. ஒவ்வொரு முறையும் ஒவ்வொரு வகை பயிர். கெடைகாடும் ஆங்காரமும் மேப்படியான் புழங்கும் சாலையும் குச்சூட்டானும் ஆடுமாடு மற்றும் மனிதர்களும் பூடமும் அவயமும் இங்கிருந்துதான் விளைந்தன. இப்போது, வேசடை யாகி நிற்கிற பனஞ்சாடியும் இங்கு விளைந்தவர்தான்.

வாழ்க்கையின் பேரனுபவங்களைச் சுமந்து நிற்கிற ஆடு மேய்த்த பெரியவர், தான் உருண்டு புரண்ட மந்தையில் வீடொன்றைக் கட்டி, பட்டாவுக்கு அலைகிற 'வேசடை'தான் நாவல். புறம்போக்கு நிலமான பொத்தை, வீடுகள் நிறைந்தத் தெருவான பிறகு அந்தப் பெரியவரின் அனுபவமும் அவஸ்தையும் கதையாகி இருக்கிறது. ஊரின் அனுபவங்களைச் சுமந்து வைத்துக்கொண்டு அலைகிற இது போன்ற பனஞ்சாடியை, எந்த ஊரிலும் காண முடியும். இங்கு பனஞ் சாடியாக இருக்கிறவர், உங்கள் ஊரில் சுடலையாகவோ, சுப்பையாவாகவோ, பரமசிவமாகவோ ஏதாவது ஒரு

பெயரில் தள்ளாடி நடந்தபடி இருக்கலாம்.

'வேசடை' என்கிற வார்த்தை எரிச்சல், தொல்லை என்கிற பொருள்பட, நெல்லை மாவட்டத்தில் புழங்கப்பட்டு வருகிறது. "இந்த சனியனால ஒரே வேசடையா இருக்கு பாத்துக்கோ" என்றோ, "ரொம்ப வேசடையா இருக்குடே" என்றோ பேசப்பட்டு வருகிறது. பனஞ்சாடியின் எரிச்சலை, தொந்தரவை, அவஸ்தையை பேசுவதால் இதைத் தலைப்பாக வைத்திருக்கிறேன்.

இந்நாவலை வெளியிடும் நண்பர் 'தமிழ்வெளி' கலாபனுக்கும் எப்போதும் என்னை எழுத ஊக்குவித்துக்கொண்டிருக்கும் நண்பர்கள் ச.கோசல் ராம், பேப்பர் ராமசாமி, கீழப்புலியூர் சேகர், சுந்தரபுத்தன், வி.ஜெ. வசந்த் செந்தில் ஆகியோருக்கும் அணிந்துரை தந்த இயக்குனர் வசந்தபாலன் அவர்களுக்கும் நன்றி.

ஏக்நாத்
egnathr@gmail.com

நாஞ்சில் நாடனுக்கு

1

"மருமவனே, உம்மதாம்வே பாத்துட்டிருந்தேன்" என்ற பனஞ்சாடிக்கு இப்போது நிம்மதியாக இருந்தது. எதையதையோ நினைத்துக் கொண்டிருந்தவரின் முகம், புன்னகைக்கு மாறியது. நொடியில் நிகழ்ந்து விடுகிற உள் மாற்றம் அது. 'இன்னைக்கு முடிஞ்சிருக்கும்' என்கிற நினைப்பின் மகிழ்ச்சி. அவர் சத்தம் கேட்டு, ஜனனல் ஓரத்தில் இரைக்குக் காத்திருந்த வால் ஒடிந்த வெண்ணிறப் பல்லியொன்று விறுட்டென்று உள்ளே ஓடியது.

பஞ்சாயத்து அலுவலகத் திண்டின் முன்தூணில், முதுகைச் சாய்த்தபடி ஒரு காலை, தரையில் தொங்கப் போட்டுக்கொண்டு உட்கார்ந்திருந்தார், பனஞ்சாடி. கசங்கி மஞ்சளாகி இருந்த வெள்ளை வேட்டி. தோளில் சிவப்பு நிறத்துண்டு. இருமல் விட்டபாடில்லை என்றாலும், வேட்டி யின் நுனியில் சுருட்டி வைக்கப்பட்டிருந்த கட்டிலிருந்து, ஒரு பீடியை உருவினார். வாயை மீறி வந்தச் சளியைக் காறித் துப்பினார். அவரது கறுத்த வெற்றுடம்பில் தெறித்த எச்சிலைத் துண்டால் துடைத்துக் கொண்டார்.

பனஞ்சாடிக்கு வயதாகிவிட்டாலும் இன்னும் பழைய முறுக்கு உடலில் இருக்கிறது என்பது, இறுகிப்போன அவரது கருத்த உடலைப் பார்த்தாலே, தெரிகிறது. கத்தியைக் கொண்டு நெஞ்சில் குத்தினால் கூட, அது, தென்னி

வளைந்து விடுமோ என்று தோன்றுகிற இறுக்கம். திருகிய மீசையும் ஒட்ட வெட்டிய தலைமுடியும் ஓய்வு பெற்ற போலீஸ்காரரையோ, ராணுவ வீரரையோ ஞாபகப்படுத்தலாம். முடிகள், பட்டு நூல்களாகிவிட்டாலும் இன்னும் உதிராமல் இருப்பது ஆச்சரியம்தான். காதில், கோழி இறகை எப்போதும் சொருகி வைத்திருக்கிறார், சமீப காலமாக.

இந்த மண்ணின் பெரும் அனுபவங்களை, ஞாபகங்களாக மனதில் இறுக்கி இறுக்கிச் சேர்த்துச் சொருகிக் கொண்ட முதுமை, அவர் முகத்தில் இலேசாகத் தெரிகிறது. அந்த ஞாபகங்களின் கனம் தாங்காமல் அவர் முதுகு, லேசாகக் கூன் விழுந்ததாக மாறியிருக்கிறது. இருந்தாலும் அவரிடம் தள்ளாட்டம் இல்லை. முடங்க நினைக்கிற உடல்நிலையும் இல்லை. அவரோடு ஓடியாடிய பலர் இன்று உயிரோடில்லை என்றாலும் பனஞ்சாடி, இன்னும் ஆரோக்கியமாக இருப்பதற்கு, “அந்த காலத்து சாப்பாடுல்லா, காரணம். இப்பம்லாம் எல்லாத்துலயும் உரத்தை போட்டு, மனுஷனுவள கொன்னுல்லா போடுதானுவோ’’ என்று பேசப்பட்டு வந்தது.

ஊரையும் ஊர் பற்றிய கதைகளையும் ஏராளமாக வைத்திருக்கிற பனஞ்சாடிக்கு, பூர்வீகம் இந்த ஊர் இல்லை. அவர், பனஞ்சாடியைச் சேர்ந்தவர். அவர் தாத்தா, அங்கிருந்து பொண்டாட்டி ஊருக்குப் பிழைக்க வந்தவர். “பொண்ணு கெட்டுன ஊருல போயி, எவனாது குத்த வைக்கலாமாவே?’’என்று பேசப்பட்டு வந்தக் காலத்தில், “அதுல என்ன மயிறு தப்பைக் கண்டானுவோ?’’ என்று வீம்புக்கு இங்கு வாழ்ந்தவர்.

அதன் காரணமாக, அவர்கள் வகையறா, பனஞ்சாடி குடும்பம் என்றழைக்கப்பட்டது. கடைசியில் அந்த ஊர் பெயரே, அவருக்கானப் பெயராகவும் மாறி விட்டது. அவர் பெயர், சங்கரலிங்கம் என்பது யாருக்கும் தெரிய வாய்ப்பில்லை. அவருக்கே கூட மறந்திருக்கலாம்.

அவர் உட்கார்ந்திருக்கும் இடத்துக்கு எதிரில், குடியரசு மற்றும் சுந்திரத் தினங்களுக்குத் தேசிய கொடி ஏற்றும் கம்பம் இருக்கிறது. அதைச் சுற்றி வட்ட வடிவமாகக் கட்டப்பட்டிருக்கிறத் திண்டில், நான்கைந்து வயதானத்

தெருக்காரப் பெண்களுடன் உட்கார்ந்திருக்கிறாள், லட்சுமி யாச்சி. பனஞ்சாடியின் மனைவி. சாயந்தரமானால் இங்கு ஒரு பெருங்கூட்டம் கூடுகிறது. மாலை ஆறு மணிக்கு மேல், மஞ்சள் வண்ணம் பூசப்பட்ட பஞ்சாயத்துக் கட்டிடம் வயதானவர்களின் போக்கிடமாக மாறி விடுகிறது.

இடப்பக்கம் புதிதாக முளைத்திருக்கிறப் பூங்காவில் உடற்பயிற்சிக்காகவும் சின்னப்பிள்ளைகள் விளையாடவும் சாதனங்கள் அமைக்கப்பட்டிருக்கின்றன. பிள்ளைகள் இல்லாத நேரம் அல்லது யாருமற்ற உச்சி வெயில் வேளையில், பூங்காவில் இருக்கிற ஊஞ்சலில் ஒரு முறையாவது ஆடிவிட வேண்டும் என்கிறக் கனவை ரகசியமாகக் கொண்டிருக்கிறாள், லட்சுமியாச்சி. ஆட்கள் இருக்கும்போது ஆடினால், "சாவப்போற வயசுல கெழவிக்கு ஆசைய பாரு" என்று ஏளனம் பேசுவார்கள் என்பதால் அதற்கான நேரத்தை எதிர்பார்த்துக் காத்திருக்கிறாள். தினமும் இதே கனவோடு வரும் ஆச்சி, பிறகு என்ன நினைப் பாளோ, ஊஞ்சல் வரை சென்றுவிட்டு அங்கிருக்கும் கூட்டத்தைப் பார்த்தபடி, திரும்பி வந்து கொடிக் கம்பத்தின் கீழே அமர்ந்து கொள்கிறாள்.

அங்கிருந்தவாறே பனஞ்சாடியைப் பார்த்து, 'ஏம் இவ்வளவு இறுமுதேரு. இன்னும் பீடி கேக்கோ, ஒமக்கு?' என்று சத்தம் கொடுத்தாள்.

பனஞ்சாடி, அவளை முறைத்துவிட்டு, பீடியை இழுக்க ஆரம்பித்தார். நெஞ்சுக்குள் இழுத்து புகையை விட்டபின் ஆசுவாசமாக இருந்தது. பூங்காவுக்குள் இருக்கிற சிமென்ட் பெஞ்ச்களில் நான்கைந்து பெண்பிள்ளைகள் சிரித்துப் பேசியபடி இருக்கிறார்கள். அவர்களின் சத்தம் திடீரென்று ஏறுவதும் இறங்குவதுமாக இருக்கிறது. அவர்கள், பக்கத்தூர் கல்லூரியில் படிப்பவர்கள். என்னவோ புதிது புதிதாகப் பாடப்பெயர்களைச் சொல்வதால், பனஞ்சாடி அவர்களிடம் ஏதும் கேட்பதில்லை. பழைய பெயர்களைச் சொன்னால் கூட அவருக்கு என்ன தெரிந்து விடப் போகிறது? அந்தப் பிள்ளைகளைப் பார்ப்பதற்காகத் தெற்குத் தெருவில் இருந்து, நான்கைந்து பயல்கள் வந்திருக்கிறார்கள். சிரிப்பும் கிண்டலுமாகத் தொடர்கிறது அவர்களின், இளமை விளையாட்டு.

தாத்தாவுக்கும் பாட்டிக்கும் என்ன தெரியப் போகிறது என்று நினைத்து கொண்டு அவர்கள் ஜாடைக் காட்டிக் கொள்வதையும் கண்களால் பேசி சிரித்துக் கொள்வதையும் அறியாதவரல்ல, அவர். தாத்தா என்பவர் முன்னாள் வாலிபர். இதே போன்ற வேறொரு வாழ்வை அவர் வாழ்ந்திருக்கக் கூடும் என்பதை மறந்துவிடுகிறார்கள். காலம் மாறிவிட்டது. அதற்கு ஏற்றவாறு தன்னையும் மாற்றிக்கொள்ள வேண்டியது தான்.

தனது காலத்தில் சமைஞ்சப் பிள்ளைகளிடம் இப்படி பேசிவிட முடியுமா என்ன? ஆடுகளைத் தேடி, ஒரே தெருவில் இரண்டு மூன்று முறை போனாலே, என்ன ஏதென்று விசாரித்து, பயல்களின் நோட்டத்தை அறிந்து விடுவார்கள். எந்தப் பிள்ளையிடமாவது பேசிவிட்டால், அது வெட்டுக்குத்தில் போய் முடிந்த கதையெல்லாம் ஞாபகத்தில் இருக்கிறது.

இப்போது பயல்களிடம், வெட்கத்தில் புன்னகைத்து மயங்கும் பிள்ளைகளில் தனது உறவினர் பிள்ளைகளும் இருக்கிறார்கள் என்பது அவருக்கும் அவர் மனைவிக்கும் தெரியும். ஆண்டு, அனுபவித்து முடியப்போகிற நிலையில் இருக்கிற அவர்களுக்கு, வாழ்க்கை அதிகம் கற்றுக் கொடுத்திருக்கிறது. அந்த அனுபவம் சிலருக்கு வேறு மாதிரி இருக்கிறது. இவர்களுக்கு வேறு மாதிரி இருக்கிறது.

மாலை நெருங்க நெருங்கப் பூங்காவில் கூட்டம் அதிகமாகிறது. உள்ளூர்ப் பெண்களும் ஆண்களும் நடைபயிற்சி செய்கிறார்கள். நேற்று பார்த்த 'நந்தினி' சீரியலின் கதையையோ, அலுவலகக் கதையையோ பேசிக் கொண்டு செல்கிறார்கள். அல்லது யாரையோ பற்றி கோள் சொல்லிக் கொண்டோ, அவன் அப்படி பண்ணலாமா? இப்படிச் செய்யலாமா? என்று சத்தமாகக் கேட்டுக் கொண்டோ, நடக்கிறார்கள். இல்லையெனில் செல்போனை காதில் வைத்துக்கொண்டு சிரித்தபடி சென்று கொண்டிருக்கிறார்கள். அவர்களின் சத்தம் பூங்காவின் வெளியே இருக்கிற இவர்களுக்கும் கேட்கிறது. யார் கேட்டு என்னவாகப் போகிறது என்றபடி நடக்கிறார்கள். இந்தப் பூங்காவில் இப்படி வேகவேகமாக நடப்பதற்காக, வீட்டில் இருந்து பைக்கில் வருகிறார்கள்.

பனஞ்சாடி, அடிக்கடிச் சிரித்துக்கொள்வார். வாழ்க்கை முழுவதும் எவ்வளவு நடை நடந்திருப்போம். ஆடு மேய்க்க, பக்கத்தூரில் சினிமா பார்க்க, கொடைப் பார்க்க, தேர்ப்பார்க்க, பொதுக்கூட்டம் கேட்க என்று எங்கெங்கும் நடைதான். அப்போது சைக்கிள் வைத்திருந்தாலே பெரிய விஷயம். இருந்தாலும் நடந்து போவதில் சுகம் இருக்கத்தான் செய்கிறது. மேற்கே மலைக்குள் இருக்கிற கோயிலுக்கு இங்கிருந்தே மைல் கணக்காக நடந்து சென்று கும்பிட்டுவிட்டு, கீழிறங்கி, பிறகும் நடந்து ஊருக்குத் திரும்பிய கதையெல்லாம் இப்போதும் சிலிர்க்கிறது.

இன்று யார் நடக்கிறார்கள்? ஆற்றுக்குக் குளிக்கப் போவதற்கு, டீ கடைக்கு வருவதற்குக் கூட, டக்கு மோட்டார் தான். எல்லா பக்கமும் பைக்கில் அலைந்துவிட்டு, இப்போது நடையாக நடக்கிறார்கள், எடைக் குறைக்க.

பனஞ்சாடி, தானும் இப்படி நடக்கலாம் என பூங்கா வந்த நாட்களில் நினைத்தார். "உங்க உடம்புல குறைக்கதுக்கு என்னய்யா இருக்கு? நீருதான் சிக்குன்னு இளவட்டப் பயலுவோ மாதிரி இருக்கேரே, தொப்பைக் கூட எட்டிப்பாக் கலை. நடந்து என்ன பண்ணப் போறேரு? ஆனா, அந்த எழவு பீடிய மட்டும் விட்டுத் தொலையும்'' என்றாள், உள்ளூர் சுகாதார நிலையத்துக்கு வந்திருந்த இளம் செவிலி. ஓர் இளம் செவிலியே, இப்படி புகழ்ந்து சொன்ன பிறகு நடை எதுக்கு? என்று மீசையைத் திருக்கிக்கொண்டு பஞ்சாயத்து அலுவலகத் திண்டில் உட்கார்ந்து கொண்டார். செவிலி சொன்னது போல பீடியை மட்டும் அவரால் விட முடியவில்லை.

பீடியை இழுத்து முடித்து தரையில் போட்டு மிதித்துவிட்டு, தலையில் கட்டியிருந்தத் துண்டை அவிழ்த்து தோளில் போட்டார். பிறகு அருகில் நின்ற ராமசாமியைப் பார்த்தார். மில்லில் வேலை பார்த்து, விருப்ப ஓய்வில் வெளியே வந்துவிட்ட உறவினர். தாலுகாபீஸ், கோர்ட், போலீஸ் விவகாரங்களில் விஷயம் தெரிந்தவர் என்று ஊரில் அவரைச் சொல்கிறார்கள். யாருக்கு என்ன பிரச்னை என்றாலும் முன்னால் போய் நின்று, "அதை அப்டிலா பண்ணணும். இவர்ட்ட மனு கொடுத்தேளா? அவரை பாத்தேளா?'' என்று கேட்பவர். அவருக்கு அதில் ஒரு

திருப்தி. இப்போது பனஞ்சாடியைத் தேடி வந்திருப்பது கூட, பட்டா விஷயமாகத்தான்.

ராமசாமியின் கையில் பேப்பரோ, ஃபைலோ, கவரோ இல்லை என்பதைப் பார்த்தவுடன் ஏறிய குதூகலம், நொடியில் இறங்கி, சுருங்கியது பனஞ்சாடிக்கு. அதைப் புரிந்துகொண்ட ராமசாமி, “இன்னைக்கு நாலஞ்சு வேலை. உங்க மேட்டருக்கு ஆளு லீவு போட்டாச்சாம். வரதுக்கு ஒரு வாரம் ஆவும்னு சொன்னாவோ. அடுத்த வாரம் போணும்” என்றார்.

“இன்னும் எவ்வளவு நாளுதாம் இழுக்கப் போறானுவளோ, தெரியல”

“என்னைக்காது ஒரு நாளு கொடுத்துதான ஆவணும்”

“என்னைக்கு? நா செவலோகம் போனப் பெறவா?”

“ஏம் அப்டிலாம் பேசுதேரு. கவருமெண்டு வேலைலா. மெதுவாதாம் நடக்கும்” என்ற ராமசாமி, அவரை அமைதிப்படுத்தினார்.

“ரொம்ப வேசடையா இருக்கு, பாத்துக்கோ. வார கோவத்துக்குத்தூக்கிப்போட்டு மதிச்சுட்டு வந்துரலாமான்னு கூட இருக்கு. ஒண்ணா, ரெண்டா... அஞ்சாறு வருஷமாச்சு” என்ற பனஞ்சாடியின் சத்தம் கேட்டு அருகில் வந்த, லட்சுமியாச்சி, இடுப்பில் கையை வைத்துக்கொண்டு நின்றபடி, “ஏம், என்னாச்சி?” என்றாள்.

அவளிடம், “ஒண்ணுமில்ல. அடுத்த வாரம் போணும்” என்றார் ராமசாமி. அவளை முறைத்துப்பார்த்த பனஞ்சாடி, ”நீ எதுக்குட்டீ, விசுக்கு விசுக்குன்னு முன்னால வார? நாந்தாம் பேசிட்டிருக்கம்லா... கோட்டிக்காரச் செரிக்கி” என்று கோபமாகச் சொன்னதும் ஆச்சி முகம் மாறியது.

அவர் மானங்கெட்ட மனுஷன். மற்றவர்கள் முன்னால் கூட இப்படி வெடுக்கென்று, யாரோ முகம் தெரியாதவளிடம் எரிந்து விழுவது போல விழுவார். இதுதான் அவர் குணம். அவரை மனதுக்குள் கருவிக் கொண்ட ஆச்சி, அப்படியே நின்றாள், பொங்கி வந்த கோபத்தை அடக்கிக்கொண்டு. பிறகு “என்னன்னும் போய் தொலையும்” என்று சொல்லி விட்டுக் கொடி கம்பத்தில் போய் உட்கார்ந்துகொண்டாள்.

"அந்தானி விஷயத்தைக் கேட்டுட்டுப் போயி கிழிச்சுருவால்லா. வாரா, அங்கருந்து ஓடி?" என்ற பனஞ்சாடிக்கு எரிச்சல் கூடிக் கொண்டே இருந்தது.

"அவ்வோள ஏம் திட்டுதேரு" என்று அமைதிப்படுத்தினார், ராமசாமி. திடீரென்று இருமல் அவரைப் பேச விடாமல் செய்ய, நெஞ்சை இழுத்து இரும ஆரம்பித்தார். சளியைத் துப்பிவிட்டு, வேகமாக பீடியைப் பற்ற வைத்து இழுத்ததும் இருமல் குறைந்தது போல் தெரிந்தது. கொஞ்சம் ஆசுவாசமாக இருந்தது.

பிறகு, "கேட்டியா? இந்தப் பயலும் இதுல ஆர்வம் இல்லாம இருக்காம். நானும் வாங்காம உட்டுட்டம்னா, பெறவு என்னைக்கு லோனை வாங்கி, வீட்டை முழுசா முடிப்பாம். நாளைக்கு வெவாரம், வில்லங்கம்னு வந்தா கூட தெருவுலதாம் நிய்க்கணும் இவனுவோ?" என்றார், விரக்தியாக.

"நாங்க எதுக்குயா இருக்கோம். அப்படிலாம் உட்ருவோமா? என்ன பேச்சு பேசுதேரு?"

"ஒரு பட்டாவுக்கு இந்தா அலை அலைய விடுதானுவளே?"

"மொத்தமா எல்லாருக்கும் கொடுக்கும்போதே வாங்கிருக்கணும்"

"நா மாட்டம்னா சொன்னேன். ஏற்பாடு பண்ணுன பயலுவோளுக்கு, எம்மேலயும் வசதி மேலயும் என்ன கோவம்னு தெரியல. மனு கொடுக்கும் போது எங்களை விட்டுட்டானுவோ. எல்லாருக்கும் சேத்து கொடுக்கணும்னு தெரியாண்டாமா? வேணும்னே எங்கள விட்டுருக்கானுவோ. ஒரு வார்த்தைச் சொல்லியிருந்தா, நாங்களும் மனுவ போட்டிருப்போம், சேந்தாப்ல கிடைச்சிருக்கும். என்ன செய்ய சொல்லுத? இப்பம் இப்படி அலைய விட்டுட்டு இருக்காம். எங்க ரெண்டு பேருக்கும் மட்டும் தராம, ஏம் இழுக்கியோன்னும் கேட்டாச்சு. பதிலு சொல்ல மாட்டக்காவோ, அதிகாரியோ" என்றார் பனஞ்சாடி.

"துட்டு கிட்டு எதிர்பார்க்கவளோ என்னவோ?"

"பிள்ளை முழிக்க முழி தெரியாதா? அதுக்குத்தாம் அடி போடுதானுவோ. நா என்ன மயித்துக்கு கொடுக்கணும்?

அஞ்சு பைசா கொடுத்தாதாம் தருவாம்னா, அந்த பட்டா மயிரே தேவையில்ல”

“அப்படிலாம் சொல்ல முடியாது. லோனுக்கு அது வேணும்லா”

“அதுக்குத்தான இந்தா அலை அலையுதேம். அதுக்கு துட்டு எதுக்குக் கொடுக்கணும்? அவனுவ சம்பளம் வாங்காமலா இருக்கானுவோ. பிள்ளை, குட்டியோ கஞ்சிக்கு வழியில்லாமயா இருக்கு?. அப்படின்னா எரக்கப்பட்டு கொடுக்கலாம்...”

“அப்டிலாம் சொல்லாதியோ மாமா”

“இங்கரு. இந்த மந்தையில இன்னைக்கு எவ்ளவு வீடு வந்திருக்கு? ஒரு பத்து, பதினஞ்சு வீடுவோ இருக்குமா? இவனுவலாம் இங்க வீடு கெட்டுதத்துக்கு முன்னால, இந்த மந்தையில உருண்டு பொரண்டது நானும் வசதியுமாங்கும். எங்க வேர்வை புதைஞ்ச இடம்டே இது. அதெல்லாம் இப்பம் வீடு கெட்டிருக்கவனுவளுக்கு என்னத்த தெரியும்? எங்களுக்குத்தாம் மொத உரிமை... ஆனா பாரு, எவம் எவம்லாமோ அனுபவிக்காம்... இதை எங்க போயி சொல்ல?”

“அதெ பாத்துக்கிடுவோம், எங்க போயிரப் போவுது?” என்றார் ராமசாமி. பிறகு, “சரி, எறங்கும். முத்தையா தோப்பு வர போயிட்டு வந்துருவோம்” என்றார்.

2

சாலை, பள்ளமும் மேடுமாக இருந்தது. பஞ்சாயத்து அலுவலகத்தில் இருந்து கொஞ்சம் வடப்பக்கம் நடந்தால் ரயில்வே கேட். அதற்கு முன் சாலையின் கீழ்ப்பக்கம், வயக்காடுகள். அது இனிச்சகுளம் வெதப்பாடு. இந்த வெதப்பாடு தொடங்கும் இடத்தில் ஒரு நடுகல்லும் முடியும் இடத்தில் ஒரு சுமை தாங்கிக்கல்லும் இருந்தன. அந்தக் கால கற்கள். அப்போதெல்லாம் இந்த வெதப்பாடுகளை, சாலையில் இருந்து பார்க்க முடியாது. வேம்பு, புளிய மரங்கள் மற்றும் சப்பாத்திக் கள்ளிகளால் ஆன வேலி இருக்கும். அருகில் ஓடை. ஓர் இடத்தில் வண்டி மாடு செல்வதற்காக வேலியை உடைத்து வழி உண்டாக்கியிருப் பார்கள். அறுவடை காலங்களில் மட்டும் அந்த வழி.

ஆட்கள் செல்வதற்கானச் சின்ன தொண்டு, இரு புறமும். அதற்கு அந்தப் பக்கம்தான் வயக்காடுகள். ஒரு தொண்டுக்கு அருகில் விளாம் பழமரம். அதிகக் கிளைகளைக் கொண்டு பெரிதாக வளர்ந்திருக்கிற மரம். களை எடுக்க, கடலை எடுக்க, வரப்பு வெட்ட வருபவர்கள் இந்த மரத்தின் கீழ் அமர்ந்து சாப்பிடுவார்கள். முடித்தபின் ஓடையில் கையைக் கழுவிவிட்டு சும்மா உட்கார்ந்தால் போதும், நிழலின் சுகத் தில் தூக்கம் இழுக்கும்.

கடலை காவலுக்கு வருகிற முத்தையா தாத்தா, அவர் வயலுக்குள், குடிசை போட்டிருந்தாலும் இங்குவந்துதான் தூங்குவார். அவருக்குப் பேச்சுத் துணைக்காக வரும் மந்திரம் தாத்தாவுக்கும் இங்குத் தூங்குவது பிடிக்கும். கொளுத்தும் கோடையிலும் அருகில் உள்ள ஓடையில் தண்ணீர் காரணமாகக் குளிர்ந்து வரும் காற்று தாலாட்டும். இந்த மரத்தில் தொட்டில் கட்டிப் பிள்ளைகளை ஆட்டிவிட்டுக் களையெடுப்பார்கள் பெண்கள். மத்தியானம் வரை சுகமானத் தூக்கம்தான் பிள்ளைகளுக்கு. அப்படியான மரத்தைக் காணவில்லை இப்போது.

இதில் ஒரு பகுதி வயலை வைத்திருந்த ‘வில்வண்டி’ பிள்ளைவாள், யாருக்கோ விற்று விட்டார். அதை வாங்கிய வெளியூர்க்காரன், பிளாட் போட்டு வைத்திருக்கிறான், இப்போது. செண்ட் கணக்கில் அளந்து கற்களை நட்டு வைத்திருக்கிறான். அந்த இடத்துக்குச் செந்தமிழ் நகர் என பெயரும் வைக்கப்பட்டிருக்கிறது. பக்கத்தில் இருக்கிற அனைத்து வயல்களையும் விலை பேசியிருக்கிறான் வெளியூர்க்காரன். மற்றவர்கள் கொடுக்க முன்வரவில்லை. இன்றில்லை என்றாலும் என்றாவது ஒரு நாள் கொடுத்துவிடுவார்கள் போலிருக்கிறது. மாடுகள் மேய்ந்த ஒரு பகுதி வேலி ஓரங்களைக் காணவில்லை.

எதிரில் எருமைகளை மேய்த்துவிட்டு, வீட்டுக்குப் பத்திக்கொண்டு போகும் குத்தாவைப் பார்த்ததும், ‘ஏம்டே, இன்னைக்கு இவ்வளவு நேரமாயிட்டு’ என்று கேட்டார் பனஞ்சாடி. குத்தா, உள்ளூரில் கட்டிக் கொடுக்கப்பட்ட அவரது இரண்டாவது மகள் வயிற்றுப் பேரன். மகளும் மருமகனும் போய் சேர்ந்து விட்ட பிறகு, அவர் கண்காணிப்பில்தான் இருக்கிறான், குத்தா என்கிற குத்தாலிங்கம்.

ஒரு கையில் தூக்குச் சட்டியையும் மறு கையில் கம்பையும் வைத்தபடி அசந்து வருகிற அவன், “பக்கத்துல என்ன இருக்கு மேய? அதாம் காட்டுப் பக்கமா மேச்சிட்டு வாரேன்” என்றான்.

‘ஊர்மாடுதானல. ஏம் இப்டி போட்டு பிரயாசப்படுத? இருக்கத திய்ங்கட்டும்னு இங்ஙன மேயக்க வேண்டியதான?”

“மனசு கேக்காண்டமா?”

“ம்ம்?’’ என்ற பனஞ்சாடி, “ஒழுங்கா துட்டு தந்துருதானுவளா?” என்று கேட்டார்.

“தராம விட்டுருவனா?”

“ஒழுங்கா வாங்கிரு, எல்லா பயலும் ஏமாத்துக்காரனுவோ பாத்துக்கெ’’ என்ற பனஞ்சாடி, ’’மாடுவோள பத்திட்டு சீக்கிரம் வீட்டுக்கு வந்திரு. கொஞ்ச நாளா நேரம் கழிச்சுதாம் வாரியாம், ஆச்சி சொன்னா...” என்றார்.

“செரி” என்று மாட்டைப் பத்திக்கொண்டுப் போனான் குத்தா.

ராமசாமியுடன் நடக்கத் தொடங்கினார் பனஞ்சாடி.

“இப்ப மேய்க்கதுக்கு என்ன சம்பளம் கொடுக்காவோ?” என்று கேட்டார் ராமசாமி.

“என்ன, மாட்டுக்கு முந்நூறு, நானூறு ரூவா கொடுப்பானுவோ... ஆனா, மாடுவோ நெறய இல்லயே...?”

“சர்தாம்”

“என்னத்த வந்தாலும் வாரதும் தெரியல, போறதும் தெரியலன்னுல்லா இருக்கு, இப்ப உள்ள காலத்துல”

“வாரதுல பாதிய டாஸ்மாக்ல வேற கொடுத்துருதானுவோ?”

“மத்தவனுவோ மாரி, இந்தப் பயலும் குடிக்கானான்னு தெரியல, எங்கண்ணுங்காங்க பக்கல...”

சிறிது தூரம் நடந்த பின், “இந்த வயக்காட்டுக்குள்ளலாம் வந்து எவன் வீடு கட்டப் போறாம்னு நெனச்சேன். அதையும் ரெண்டு பேரு வாங்கிட்டானுவளாமெ?” ஆச்சரியமாகக் கேட்டார் பனஞ்சாடி.

“இங்க, எதை வித்தாலும் வாங்கத்தான் ஆளுவோ இருக்கே. மனுஷனைக் கூறு போட்டு வித்தாலும் மலிவா கிடைச்சா வாங்கிட்டு போயிருவானுவோ’’ என்ற ராமசாமியிடம், “இதெல்லாம் நாங்க ஆடு, மாடு மேய்ச்ச இடம்” என்றார் ஏக்கமாக.

“அதாம் தெரியுமே?”

“செரி, இந்த பட்டாவ வாங்கிரலாம்லா?” என்று மீண்டும் தனது வேலைக்கு வந்தார்.

“நா இருக்கம்லா, கவலய விடும்”

“ராத்திரிலாம் தூக்கம் வரமாட்டேங்குடே. திடீர்னு நடு ராத்திரில எந்திரிச்சு உட்காந்து பட்டா கிடைச்சிருமான்னு கவலைபட்டுட்டு இருக்கம்னா பாரேன்...”

“பொறுப்பை ஏன்ட்ட விட்டாச்சுல்லா. வாங்கித் தந்திருவேன்” என்றார்.

ரயில்வே கேட்டுக்குப் போகிற வழியில் வடப்பக்கத்தில் இருந்தது, முத்தையா தோப்பு. ஒற்றையடி பாதையில் பின்பக்கம் நடந்து போனார்கள். உள்ளே இருக்கும் சாஸ்தா கோயிலில் பல்ப் எரிந்துகொண்டிருந்தது. இருட்டுவதற்குள் ளாகவே, போட்டிருந்தார்கள். சின்னதாகப் பீடம் கட்டப்பட்டிருந்தது. இதற்கு முன், இது கிடையாது. சுற்றிக் குப்பென புல் வளர்ந்திருக்கிறது. மாமரங்களும், வேலி மாதிரி புளியமரங்களும் பெரிதாக வளர்ந்திருந்தன. ஒரு பகுதியில் இருபது, இருபத்தைந்து தென்னைகள். அதன் மேற்கே போடப்பட்டிருக்கிற குடிலின் உள்ளே சுப்பையாவின் மகன், ராமசாமிக்காகக் காத்திருந்தான். குடிலின் வெளியே குவித்து வைக்கப்பட்டிருக்கும் தேய்ங்காய்க் கூந்தல்களில் அணில்கள் ஏறி இறங்கி விளையாடிக் கொண்டிருந்தன..

ராமசாமியைக் கண்டதும், ‘ஏம் இவ்ளவு நேரம்?’ என்றான்.

“நம்ம மாமாட்ட பேசிட்டே இருந்தம்லா, அதாம் நேரமாயிட்டு” என்ற ராமசாமி, “ஆளுக்கு ரெண்டு ரெண்டு எளநிய வெட்டு” என்றார்.

“எனக்கு ஒண்ணு போதும், அதுக்கு மேல எறங்காது” என்ற பனஞ்சாடி, “செங்கமாலு வைக்கதுக்கு தோப்பை கொடுக்கப் போறியாமே?” என்று கேட்டார், சுப்பையா மகனிடம்.

‘ஆமா. இப்பம்லாம் முன்னால மாரி பார்க்க முடியல. அப்பாவுக்கு வயசாயிட்டு. எனக்கு மில்லு வேல கெடக்கு. அதை முடிச்சுட்டு, இங்க நின்னு கெவனிக்க முடியலலா. அதாம் செங்கமாலுக்கு கொடுக்கலாம்னு பேசுனோம்’ என்றான்.

“அப்படியென்னடே வேலெ, இதை கூட பாக்க முடியாம?”

“இது, சொத்துன்னு இருக்கு, அவ்வளவுதாம். மில்லு துட்டுதான சோத்துக்கு உதவுது. பிள்ளைலு வளந்த பெறவு, வந்து பாத்துக்கிட வேண்டியதாம். நாலு நாளைக்கு முன்னால, காய்வளா கெடக்கே, ரெண்டு நாளூ கழிச்சு பறிக்கலாம்னு நடு தென்னையில பறிக்காம போட்டுட்டுப் போனேன். இன்னைக்குப் பாத்தா, களவாண்டுட்டு போயிட்டானுவோ. என்ன செய்ய சொல்தேரு? கள வாணிப்பய தின்னுட்டு போவவா, நாம தென்னய வளக்கோம்?” என்றான் அவன்.

“பிளேடு அடிச்சு வைக்க வேண்டியதானெ?”

‘நாலு மட்டம் அடிச்சிருக்கு பிளேடு. அதையும் தாண்டி பறிச்சுட்டுப் போயிருதானுவன்னா பாருமே… நம்மள விட வெவரமா இருக்கானுவோ, களவாணிப் பயலுவோ’

“இங்க வந்து களவாங்காம்னா, யாரா இருக்கும்?”

“வேற யாரா இருக்கும்? தெரிஞ்ச நாயிதாம். கையும் களவுமா மாட்டட்டும்னு வச்சிருக்கேன். அன்னைக்குலா இருக்கு, கொட்டைய நசுக்குதனா, கொதவலைய அறுக்கனான்னு…”

–பேசிக்கொண்டே இளநீரை வெட்டி, ராமசாமியிடம் நீட்டினான். அவர் பனஞ்சாடியிடம் கொடுத்தார். அப்படியே வாயில் கவிழ்த்துக் குடித்தார். ஒரு சொட்டு சிந்தவில்லை. குடித்து முடித்ததும் பெரிய ஏப்பம் வந்தது.

ராமசாமி குடிப்பதற்குள், கழுத்தில் இருந்து வயிறு வரை வடிந்துவிட்டது. “இதாம் பெரிய மனுஷம் பெரிய மனுஷம்ங்கது. அவ்வோ எப்படி குடிச்சாவோ பாத்தல்லா? ஒரு சொட்டு சிந்துச்சா… என்ன எளநீ குடிக்கேரு” என்றான் சுப்பையா மகன். பிறகு இன்னொரு இளநீரை வாங்கிக் குடித்தார். வயிறு முட்டிவிட்டது. அவன் இன்னொன்றை வெட்டப் போனான். வேண்டாம் என்றார் ராமசாமி.

“செங்கமாலுக்கு மொத்தத்தையுமா கொடுக்கப் போறியோ?” என்று கேட்டார் பனஞ்சாடி.

“ச்சே... ச்சே.. இன்னா, கெழக்க இடி விழுந்த மரம் நிய்க்குல்லா, அது நாலையும் வெட்டப் போறேன். வெட்டிட்டு, கீழ்ப்பக்கத்தைக் கொடுக்கப்போறேன். இந்தப் பக்கம் அப்படியே இருக்கும். ஆளுரு தோப்புக்குள்ள எப்பவும் ஆளுவோ இருக்க மாரியும் இருக்கும், தோப்பை பாத்துக்கிட்ட மாரியும் இருக்கும்லா” என்றான்.

“சரிதாம். களவாணி பயலுவோதாம் எல்லா பக்கமும் பெருவிட்டானுவள?”

“ஆமா. செல்லத்தாயி வீட்டுல, பால்கறக்க செம்பைக் களவாண்டுட்டு போயிட்டாம்னா பாரேம்...”

“பித்தளை செம்பையா?”

“ஆமா. அதை கூட விட்டு வைக்கமாட்டங்கானுவோ”

“அவா, அந்தக் காலத்து செம்புல்லா வச்சிருப்பா. அது நல்லா கனத்துல்லா இருக்கும். பக்கத்தூர்ல டாஸ்மாக் வந்தபெறவுதான் இந்த மாதிரி திருட்டுலாம் நடக்கு”

“ஆமாமா, குடிதாம், இதலாம் செய்ய சொல்லுது”

தோப்புக்கு வலது பக்கம் ஓடை போல தண்ணீர் ஓடும் வாய்க்கால். மூன்று பேரும் அதில் இறங்கி முகம், கை, கால்களைக் கழுவினார்கள். பிடித்துவிடப் போகிறார்கள் என்கிற பயத்தில், தண்ணீர் பாம்பு ஒன்று எதிரே நீந்தி முன் னேறிச் சென்றுகொண்டிருந்தது, வேகமாக.

‘உங்கப்பா இந்த தோப்பை வாங்கும்போது சாட்சி கையெழுத்து போட்டது நானாங்கும்”

“அப்டியா?”

“மொதல்ல வேண்டாம்னுட்டாம், உங்கப்பன். மேலத்தெரு கணபதியா பிள்ளையும், முருக ஆசாரியும் வாங்கதுக்கு ரொம்ப முண்டுனாவோ... கடைசில நானும் கொம்பையா தேவரும்லா, ஒங்கப்பனை அழுத்தி வாங்க வச்சோம்”

“ஆமாமா... எங்கப்பா சொல்லிருக்காரு”

“அந்த பாசத்துலதாம் கேட்டேன், செங்கமாலுக்கா கொடுக்கப் போறியோன்னு”

"சர்தாம்"

பிறகு அவனது வண்டியில் மூன்று பேரும் ஏறிச் சென்றார்கள். பஞ்சாயத்து அலுவலகத்து முன் இறங்கிக்கொண்டார்கள், பனஞ்சாடியும் ராமசாமியும்.

சமதளத்தில் இருந்து கொஞ்சம் உயரமாக, ஏழு மாத கர்ப்பிணி போல, தென்னிக்கொண்டு, மேட்டில் இருந்தது மந்தைத் தெரு. தெருவின் பின்பக்கமாக நடந்து பேசிக் கொண்டே போனார்கள். இவர் தெரு தாண்டிய பெரிய தெருவில் இருந்தார், ராமசாமி.

"எளநீ ருசியாதாம் இருந்துச்சு, ன்னா" என்றார் ராமசாமி.

"ஆமா. நம்ம, வேலுகோனாரு தோப்புல குடிச்சிருக்கியா?"

"ம்ஹூம்"

"அதுல நடு மரம் ஒண்ணு நிய்க்கி பாரு. காய் ஒவ்வொன்னும் கொப்பரை மாரி இருக்கும். தண்ணிய குடிச்சன்னா, தேவாமிர்தமா இருக்கும்லா..."

"ஒரு நாளு போவோம் அங்கயும்" என்ற பனஞ்சாடிக்கு மீண்டும் ஏப்பம் வந்தது. "எளநீ, ஒருக்களிச்சுட்டுல்லா வருது" என்றவர், அக்கம் பக்கம் யாரும் வருகிறார்களா? என்று பார்த்துவிட்டு, அருகில் இருந்த 'அம்மாசி' கிணற்றின் அருகில் உட்கார்ந்து, சிறுநீர் கழித்தார். அவர் அங்குதான் அடிக்கடி சிறுநீர் கழிக்கிறார். சிறுநீர், மஞ்சளாக வெளியேறியது. அவ்வளவும் சூடு, இளநீர் குடித்ததால் வெளியேறுகிறது என நினைத்துக்கொண்டார்.

செடியும் செத்தையுமாகக் கிடக்கும் இந்தப் பாழடைந்த கிணற்றுக்குள் இருந்து ஏதோ ஓடும் சத்தம் கேட்டது. அந்தச் சாம்பல் வண்ண பாம்பாக இருக்கும் என்று நினைத்தார். இங்கு அடிக்கடி அந்தப் பாம்பைப் பார்க்கிறார். இவருக் காகவே காத்திருப்பது போல, அது பதுங்கியிருக்கிறது. இவர் அந்தப் பகுதியைக் கடக்கும்போது இடதுபக்கம் தற்செயலாகத் திரும்பினால் கூட அந்தப் பாம்பைப் பார்க்க முடிகிறது. கிணற்றின் அருகில் மரம் போல் வளர்ந்திருக்கிற கருவையின் அடியில், தலையைக் கிளையில் தூக்கி வைத்துக்கொண்டு உடலை வளைத்தபடி கிடக்கிறது எப்போதும்.

வேறு யாரும் என்றால், கல்லால் அடித்துக் கொன்றிருப்பார்கள். பனஞ்சாடிக்கு அதைக் கொல்லத் தோன்றவில்லை. அது கொல்லப்பட்ட, அம்மாசியின் இன்னொரு உருவம் என நினைத்தார்.

"இங்ஙன ஒண்ணுக்கு இருக்க பயமாதான் இருக்கு. இங்கென்ன பார்வை சாமானை? படுக்காளி பயல போ, ஏல அம்மாசி, போல..." என்று பாம்பிடம் செல்லமாகப் பேசுவார் பனஞ்சாடி. அவர் பேசும்போது, உடலை மரக்கிளையில் நன்றாகச் சுற்றி சுற்றித் தலையை மட்டும் நீட்டி, ஆட்டிக்கொண்டே இருக்கிறது, அவர் பேச்சைக் கேட்பது போல.

இந்தப் பாழடைந்த கிணறு, தண்ணீரால் நிறைந்திருந்த ஒரு காலத்தில், அதில் அம்மாசி கொலை செய்யப்பட்டுக் கிடந்தது, அவருக்கு ஞாபகம் வந்தது. ஒவ்வொரு முறை கிணற்றைக் கடந்து செல்லும்போதும் தனது பிராயத்தில் பலியாகிப்போன அம்மாசி, கண்முன் வந்துவிடுகிறார்.

கிணற்றை எட்டிப் பார்த்தார். நிலவின் வெளிச்சத்தில் அம்மாசி, தன்னைப் எதிர்நோக்கிப் படுத்திருப்பது போல தெரிந்தது.

3

பனஞ்சாடியின் நண்பன் அம்மாசி. ஆட்டுக்குப் போய் விட்டு வந்த பின், வேலைகளற்ற மாலையில் ஓரளவு படித்த அம்மாசிதான், பேப்பரில் வாசித்த செய்திகளைப் பனஞ்சாடிக்கு விளக்குவான். அம்மாசி, விவசாயி என்றாலும் அறுப்புக்கடைக்காரர் என்றே அறியப் பட்டிருந்தார். மந்தைக்கு எதிரில் இருக்கிற களத்தில், அவர் அறுப்புக் கடை போடுவார். ஒவ்வொரு அறுவடைக்கும் நீர்ப்பாசன கமிட்டி, இந்தக் கடைகளை ஏலத்தில் விடும்போது, மந்தை அருகில் இருக்கிற களத்தின் கடைக்குப் போட்டியே இருக்காது. மற்ற களங்களான, புளிச்சேரி சாலை களம், ஆற்றுப் பாலம் தாண்டிய களம், அரிசி ஆலை களம் ஆகியவற்றுக்குப் போட்டி இருக்கும். ஏனென்றால் ஊரை விட்டுத் தனியாக இருக்கும் இந்தக் களங்களின் அறுப்புக் கடைகளுக்கு, வேறு பல சவுகரியங்களும் இருக்கிறது.

மந்தைக்கு எதிரில் இருக்கும் அறுப்புக் களம், ஊரை ஒட்டியது. அதாவது பஞ்சாயத்து அலுவலகத்துக்குப் பின்பக்கம். மேற்கில் இருந்து கிழக்கு நோக்கி வந்தால், இந்தக் களத்தில் இருந்துதான் ஊர் தொடங்குகிறது என்று சொல்ல லாம். அருகில், தெற்கு அக்ரஹாரம். களத்துக்கு மேல்பக்கம் வாய்க்கால். கரையில் முள்ளுக்காடுகளுக்கு அருகே, சிறு பிள்ளையார் கோயில். அதைத் தாண்டி கண்ணுக்கெட்டிய தூரம்வரை நீண்ட வயற்பரப்புகள். இடையே இரண்டு

இடங்களில் மட்டும் பெரிய மரங்கள் இருக்கின்றன. அறுப்புக் களத்தின் கீழ்பக்கம், மேலே துறுத்திக் கொண்டு நிற்பது போல இருக்கும் சிறுபொத்தை மீது ஏறி மேற்கே பார்த்தால், வயக்காட்டுக்குள் அந்த இரண்டு மரங்கள் மட்டும் தனியாகக் கிளைபரப்பி நிற்பது அழகாகத் தெரியும். அதைத் தாண்டி ஆறு. ஆற்றங்கரையெல்லாம் தோப்புகள்.

ஒவ்வொரு அறுப்புக்கும் இங்கே கடை போடுவார் அம்மாசி. தென்னை ஓலைகளால் ஆன குடிசைக் கடை. தரையில் வைக்கோல்கள் நிரப்பப் பட்டிருக்கும். அந்தக் குடிசைக்குள் இரண்டு பெஞ்ச். வாசல் அருகே ஒரு ஓரமாக மண் எண்ணெய் அடுப்பு. அதில் கடுங்காப்பி, ஆவி பறக்கச் சூடாகிக் கொண்டிருக்கும். கூடவே சுக்காப்பி, பருத்திப்பால், சிறு சிறு அலுமினிய பாத்திரங்களில் அவிச்ச மொச்சைப்பயறு, சுண்டல், பூம்பருப்பு, சிறுபயிறு, அவிச்ச உளுந்து, கருப்பட்டி கலந்த அவல், சீனிக்கிழங்கு, மொந்தாம்பழம் வைக்கப்பட்டிருக்கும்.

ஊரில் இருக்கிற செட்டியார் ஓட்டலில் கிடைக்காத தின்பண்டங்கள் இங்கு இருக்கும். அங்கு இருப்பதை இங்கும் வைத்தால் யாரும் வாங்க மாட்டார்கள் என்பது அம்மாசியின் கணிப்பு. அதோடு பசி தாங்கும் உணவு வகை வேண்டும். கதிர் கட்டு சுமந்து கொண்டு வருபவர்களுக்கும் சூடடிப்பவர்களுக்கும் பிணையல் அடிப்பவர்களுக்கும் தின்ற சோறு சீக்கிரமாகவே ஜீரணமாகிவிடும். அதனால் பசி தாங்கும் உணவு வேண்டும் என்பதற்காக, இவை வைக்கப்பட்டிருக்கும். இரண்டு, அவிச்ச சீனிக்கிழங்கைத் தின்றுவிட்டு சுக்காப்பியைக் குடித்தால் போதும். வயிறு நிரம்பிவிடும்.

மொச்சை, பூம்பருப்பு தின்பதற்காகவே களத்தில் வேலை இல்லாதவர்கள் கூட, இங்கு வருவார்கள். அம்மாசி மனைவியின் கைப்பக்குவத்திலும் பேச்சு பக்குவத்திலும் மணமணக்க உருவாகும் பணியாரத்துக்கும் தேங்காய் சட்னிக்கும் ஒரு கூட்டம் காத்துக் கிடந்தது.

அடுப்பு வைக்கப்பட்டிருக்கும் இடத்துக்கு அருகே சின்ன தடுப்பு. அதன் அருகில், தான் அமர்ந்துகொள்ள, நாற்காலி போட்டிருப்பார் அம்மாசி. திரும்பினால் கல்லா. வியாபாரம் அனைத்தும் நெல்லுக்குத்தான் என்பதாலும் களத்தில்

வேலை முடிந்து 'கொத்து' கிடைத்தப்பின் தான் அதைத் திருப்பித் தருவார்கள் என்பதாலும் சரியாக நோட்டில் குறித்து வைத்துக் கொள்வார், அம்மாசி. வாங்கும் நெற்கள், மூடைகளில் அடுக்கி வைக்கப்பட்டிருக்கும்.

களத்தைச் சுற்றி, இந்தப் பக்கம் அறுப்படிப்பு என்றால், அடுத்தப் பக்கம் சூடடிப்பு. பிணையல் மாடுகள், ஆங்காங்கே காயப்போடப்பட்டிருக்கும் ஈர வைக்கோல்களைத் தின்று கொண்டிருக்கும்.

கையில், 'தொடுவ' கம்போடு வரும் கூறுபுடிகளின் சத்தம்தான் அறுப்புக் களங்களில் அதிகமாகக் கேட்கும். இந்தக் கூறுபுடிகள்தான், அறுப்பாட்களை ஏற்பாடு செய்வார்கள். பத்துமரக்கா விதைப்பாடு என்றால், இதற்கு இத்தனை பேர், ஐந்து மரக்கா விதைப்பாடுக்கு இத்தனை பேர் என்று ஆட்களைப் பிரித்து அனுப்புவர்கள், அவர்கள்தான். ஒவ்வொரு அறுப்பாளும் எதுவரை அறுக்க வேண்டும் என்பதையும் பங்கு வைப்பவர்கள், கூறுபுடிகள்தான். அவர்கள் கையில் வைத்திருக்கும் 'தொடுவ' கம்பால் அளந்து, ஒவ்வொரு அறுப்பாளுக்கும் பகுதியைப் பிரிப்பார்கள். அதற்காக அந்தத் தொடுவ கம்பை எப்போதும் கையில் வைத்துக்கொண்டே அலைவார்கள். இதுமட்டுமின்றி கூறுபுடிகளின் 'தொடுவ' கம்புக்குப் பல வேலைகள். குறிப்பாக வைக்கோல் படைப்படைக்கத் தொடுவக் கம்பின் பணி முக்கியமானது.

அம்மாசிக்கும் ஊரில் பலசரக்கு கடை வைத்திருக்கும் வங்கு வம்பனுக்கும் வயலுக்குத் தண்ணீர் பாய்ச்சுவதில் தகராறு இருந்து வந்தது. வம்பன், 'வங்கு' வம்பனானது தெரிந்ததுதான். உடலில் எப்போதும் வங்கு பற்றியிருக்கும் என்பதால் இந்தப் பெயர். "ஏல வங்குவத்தி, ஒங்கிட்ட சாமாம் வாங்கிட்டுப் போனா, உருப்படுமா?. எல்லாருக்கும் வங்குலா வந்துசேரும்" என்று எக்காளம் பண்ணுவார்கள்.

இந்த மாதிரியான எந்த இடக்குக்கும் சிரிப்பு மட்டும்தான் அவன் பதில். எப்போதும் துறுதுறுவென்று இருக்கிற வம்பன், கடையின் ஓனரும் வேலையாளுமாக இருந்தான். பக்கத்து டவுண் போய் பொருட்களை சைக்கிளில் கட்டிக்கொண்டு மூச்சு வாங்க அழுத்தி வருவதும் அவன்தான். சாமான் வாங்க அவன் சென்றுவிட்டால்

கடைப் பூட்டப்பட்டு விடும். அவன் மனைவிக்குக் கணக்கு வழக்குத் தெரியாது என்பதால் அவளை வைத்து விட்டுப் போக முடியாது.

வம்பனின் வயல் வடக்குப் பக்கமும், அம்மாசியின் வயல் அதற்கு எதிரே தெற்கு பக்கமும் இருந்தது. இரண்டு வயலையும் பிரிப்பது நடுவில் செல்கிற ஓடை. அதில் குறைவாகத் தண்ணீர் வருகிற காலங்களில் எல்லாம் இரு வருக்கும் தண்ணீரைத் திருப்பிவிடுவதில் பிரச்னை ஏற்படும். அம்மாசி வரும் அதே நேரத்தில் வம்பனும் வந்து தண்ணீரை, தன் வயலுக்குத் திருப்புவான்.

இந்த மோதல், பெரும் மோதலாக வெடித்து, ஊர் பஞ்சாயத்து வரை சென்றும் வன்மம் குறையவில்லை.

இந்திரா காந்தி கொல்லப்பட்ட நான்கு நாட்களுக்குப் பிறகு, ஊரில் அம்மாசியைக் காணவில்லை. சாயங்காலமாக வயலுக்குச் சென்று விட்டு வருகிறேன் என சொல்லிவிட்டுப் போனவர் மாயமாகிவிட்டார். அவர் மனைவியும் பிள்ளைகளும் குய்யோ முறையோ என கண்ணீர் விட்டுக்கொண்டிருக்க, கடைக்காரன் தான் ஏதாவது செய்திருப்பான் என்ற சந்தேகத்திலேயே, அம்மாசியை தேடிக் கொண்டிருந்தார்கள், பனஞ்சாடி உள்ளிட்ட அவரது நண்பர்கள்.

போலீஸில் புகார் கொடுக்கப்பட்டிருந்தது. அவர்கள் ஊரில் ஒவ்வொருவரையாக விசாரித்துக்கொண்டிருந்தார்கள். அதில், கடைக்கார வங்குவும் ஒருவர். போலீஸ் விசாரித்துவிட்டுப் போன அடுத்த நிமிடத்தில் இருந்து கடையை அடைத்துவிட்டு மாயமாகிவிட்டான் வங்கு.

இரண்டு நாள் கழித்து, மந்தை அருகில் இருக்கும் ஒற்றையடி பாதை வழியாக வயலுக்குச் சென்று கொண்டிருந்த பட்டன், அருகில் இருந்த கிணற்றருகில் கிடந்த பெருங்கல் ஒன்றில் எதேச்சையாகப் பார்த்தார். காய்ந்து உறைந்து கிடக்கும் ரத்தக் கறையைக் கண்டதும் அவருக்குள் கலவரம். அக்கம் பக்கம் யாருமில்லை. அங்கு குப்பென்ற வீச்சம் இப்போது. இரண்டு மூன்று நாய்கள் அதைச் சுற்றி வந்துகொண்டிருந்தன. பயத்துடனேயே கிணற்றை எட்டிப் பார்த்தார். குப்புறப்படுத்த நிலையில் உப்பி, மிதந்து

கொண்டிருந்தது ஓர் உடல். மூக்கைப் பொத்திக்கொண்ட பட்டன் பீதியடைந்தார். அது அம்மாசிதான் என்பது அடுத்த நொடியே தெரிந்தது. அங்கு மாடுகளைப் பத்திக் கொண்டு சென்றுகொண்டிருந்த பனஞ்சாடியிடம் ஓடிப் போய் சொன்னார். கிணற்றைப் பார்த்த பனஞ்சாடிக்கும் கெதக் என்றது.

எஸ்.ஏ.பி கடையில்தான் டெலிபோன் இருந்தது. எல்லாரிடமும் சொல்லிக்கொண்டே கடைக்கு ஓடிய பனஞ்சாடி, போலீசுக்கு ஃபோன் பண்ணச் சொன்னார். ஊரே கூடி ஆச்சரியமாகப் பேசிக்கொண்டலைந்தது. எப்போதும் சிரிப்பும் பேச்சுமாக இருக்கும் ஊரில் திடீர்ப் பயமும் தொற்றிக் கொண்டது. எல்லோரும் பேச்சையும் சிரிப்பையும் மறந்து பீதியுடனேயே அலைந்து கொண்டிருந்தார்கள்.

போலீஸ் வந்தது. உடலைக் கைப்பற்றி மருத்துவமனைக்கு அனுப்பி வைத்தார்கள். நான்கைந்து நாட்களுக்குப் பிறகு நாகர்கோவில் கோர்ட்டில் சரணடைந்தான் வங்கு.

இரவில் கடையை அடைத்துவிட்டு வாய்க்காலுக்குச் சென்ற வங்கு, எதேச்சையாக அம்மாசியைப் பார்த்தான். பேசாமல் போயிருக்கலாம் தான். இரண்டு பேருக்கும் மீண்டும் வாய்த்தகராறு. உள்ளுக்குள் மிருகம் எழுந்து நின்று ஆடியது. தன் பலத்தைக் காட்டச் சொல்லி, அந்த மிருகம் இருவரையும் உசுப்பிவிட்டுக்கொண்டே இருந்தது.

அவரை மிரட்டுவதற்காக வங்கு, இடுப்பில் வைத்திருந்த மடக்குக் கத்தியை எடுத்து, குத்துவது போல அங்கும் இங்கும் ஆட்டிப் பாசாங்கு செய்தான். 'குத்திருவியோல, வங்குவத்தி நாயே...குத்துல பாப்போம்' என்று அம்மாசி நெஞ்சை நிமிர்த்திக்கொண்டு எகிறினார். அவன் குத்திவிட மாட்டான் என்கிற நம்பிக்கை. அப்படியே குத்த வந்தாலும் ஓங்கி மிதித்து தள்ளிவிடலாம் என்கிற தைரியம்.

"ஆம்பளன்னா குத்துல பாப்போம்"

வங்குவுடன் வந்திருந்த, அவனது குடிகார நண்பன் முத்து, "நொப்பனோளி அவம் பேசிட்டே இருக்காம். நீ ஏம்ல பாத்துட்டே இருக்கே" என்று வங்குவின் கையில் இருந்த கத்தியை வெடுக்கெனப் பிடுங்கி, நெஞ்சை நிமிர்த்திக்

கொண்டு வந்த அம்மாசியின் அடி வயிற்றுக்குள் சொருகி, மேல் நோக்கிக் கிழித்து விட்டான். சில நொடிகளுக்குள் நடந்து முடிந்து விட்டது சம்பவம். இதை அம்மாசியும் வங்குவும் எதிர்பார்க்கவில்லை. வங்கு, முத்துவைக் கோபமாகப் பார்த்துவிட்டு, "ஏ ஆக்கங்கெட்டவனே, என்ன வேலை செஞ்சுட்ட? துண்டை கொண்டா மூதி, அவன் வயித்தை கெட்டுவோம்" என்று பரபரப்புடன் அருகில் ஓடி வந்தான்.

"மூதிய விடுல..." என்று வங்குவைத் தடுத்த போதைக்கார முத்து, குத்திக் கிழித்த வயிறுக்குள் கைவிட்டு குடலை ஆவேசமாக வெளியே இழுத்து, ரத்த வெள்ளத்தில் துடித்த அம்மாசியை மிதித்துக் கிணற்றுக்குள் தள்ளினான். கத்தியால் குத்தும்போது, "ஏ பேதில போவான்" என்ற அலறல்தான் கடைசியாக அம்மாசியிடம் இருந்து வந்தது. பின் பொத்தென்று தண்ணீருக்குள் விழுந்த அவயம்.

கத்தியைக் கிணற்றுக்குள் வீசி விட்டு, ரத்தக்கறைப் படிந்த கையை வாய்க்காலில் கழுவிய பின், ஊரைக் காலி செய்தான் முத்து. இந்தக் கதை, போலீஸ் விசாரணையில் பின்னர் தெரிய வந்தது.

பதினைந்து வருட தண்டனை வங்குவுக்கும் முத்துவுக்கும். அவமானம் தாங்காமல் வங்குவின் மனைவி தற்கொலை செய்துகொண்டாள். இந்தச் சம்பவத்துக்குப் பிறகு, அம்மாசி கிணறு என்றே அழைக்கப்படுகிறது அது.

4

பனஞ்சாடி, வீடு கட்டியிருக்கும் இடம், ஒரு காலத்தில் மந்தையாக இருந்த இடத்தின் வால் பகுதி. அதாவது கடைசி. வீட்டின் வெளிப்பகுதியில் பூச்சு வேலை முடியாமலேயே குடி வந்தாகிவிட்டது. இன்னைக்கு, நாளைக்கு என்று அந்த வேலை மட்டும் தள்ளிப் போய்க் கொண்டே இருக்கிறது. மேலே ஓர் அறை கட்டுவதற்கான வேலையும் அரைகுறையாக நிற்கிறது. சென்ட்ரிங் போடு என்று சிலரும் 'அதை போடுதவரை ஆஸ்பெஸ்டாஸை போட்டு மூடுடே' என்றும் ஆலோசனைச் சொல்லிக்கொண்டிருக்கிறார்கள். ஆலோசனை இனாமாகக் கிடைத்தாலும் பணத்துக்கு எங்கே செல்வது? பக்கத்தூர் வங்கியில் வீட்டுக்கு லோன் தருவதாகச் சொல்லியிருக்கிறார்கள். அதை வாங்கி கொஞ்சம் கட்டிவிட்டு, கொஞ்சம் பணத்தை மற்ற செலவுக்கு வைத்துக் கொள்ளலாம் என்று இவர்கள் ஒரு கணக்கு போட்டார்கள். அதற்கு பட்டா முக்கியம் என்று சொல்லிவிட்டதால், அதற்காக அலைந்து கொண்டிருக்கிறார்கள், கடந்த சில வருடங்களாக.

அவர் வீட்டுக்குக் கீழ்ப்பக்கம் இரண்டு தொழுவுகள். அதையடுத்து புளி வியாபாரி கந்தையா வீடும், வட்டிக்குக் கொடுக்கும் சிட்டுக்குருவி வீடும். அதுதான் கடைசி. அடுத்து, மண் பாதை. அதைக் கடந்தால் பெரிய தெரு.

முன் பக்கமும் மேல் பக்கமும் நிறைய வீடுகள் வந்தாகிவிட்டது. ஊரில், ராணுவ வீரர் போல, எப்போதும் கரும்பச்சை நிறச் சட்டையை அணிந்திருக்கும் பத்திக்காரரின் மகன், துபாய்க்கு வேலைக்குப் போன பின் கட்டிய வீடு மட்டும் தனியாகத் தெரிகிறது. பளிங்காக இழைக்கப்பட்டது போல ஜொலிக்கிறது, அந்தத் தட்டடி வீடு. தரையில் பதிக்கும் டைல்ஸை சுவரில் பதித்திருப்பதால் வெயிலில் அது மின்னுகிறது.

பத்திக்காரர் மனைவியின் கழுத்தில் இப்போது மிளிரும் நான்கு வட சங்கிலி, அவளுக்கு அழகாக இருப்பதாக அவளே சொல்லிக் கொள்கிறாள். இந்த வயதான காலத்திலும் அவள், காதில் தொங்கட்டானையும் காலில் வெள்ளிக் கொலுசையும் அணிந்து செல்வதைக் கண்டு, அவள் வயதையொத்தவர்கள் கிசு கிசு போல பேசுவதை அவள் அறியாமல் இருக்க வாய்ப்பில்லை. அனுபவிக்க வேண்டிய வயதில் கிடைக்கவில்லை. கிடைத்த வயதில் அனுபவிக்க வேண்டியதுதான் என்பது அவள் எண்ணம். ஆனால், பத்திக்காரர் மட்டும் அந்தக் கரும்பச்சை நிறச் சட்டையை மாற்றுபவராகத் தெரியவில்லை.

பனஞ்சாடியின் வீட்டுக்குப் பின்னால் சிறு பாறை இருக்கிறது. அருகில் வேப்பமரம். இந்தப் பாறையில், அதெப்படி முளைத்தது என்கிற ஆச்சரியம் எல்லாருக்கும் இருக்கிறது. பாறையில், வீட்டை நோக்கி இருக்கும் பகுதியில் வெள்ளை அடித்து வைத்திருக்கிறான், பனஞ்சாடியின் மகன். பொங்கலுக்கு வெள்ளையடித்தபோது இருந்த மிச்சச் சுண்ணாம்பு அது. வெயில் காலத்தில் பாறையின் வெப்பம் வீடு முழுவதும் தகிக்கும். வீட்டுக்குள் காற்றாடி ஓடினாலும் சூடானக் காற்று, வெக்கையை இன்னும் அதிமாகத் தரும். மத்தியான நேரத்தில் இருக்க முடியாது. ஆனால், அப்படியே மாறி விடும், மாலையும் இரவும்.

"நல்ல இடத்தலாம் எல்லாவனும் புடிக்கும்போது, இவரு என்னப் பண்ணிட்டிருந்தாரோ, கூறுகெட்ட மனுஷன். இப்படி நடுபொத்தையில வந்து வேனல்ல அல்லலுபட வேண்டியிருக்கு" என்று ஆரம்பத்தில் ஏசிக் கொண்டலைவாள், அவர் மனைவி லட்சுமி.

"நண்டு நசுக்கெல்லாம் எப்படி காரியக்காரனுவளா

இருக்கானுவோ? இவரு இப்படி பொத்தையில போயி, இடத்தை புடிச்சிருக்காரே, கூறு கெட்டத்தனமா?" என்று புலம்புவாள், சொந்தக்காரர்களிடம். மொத்த மந்தையுமே பொத்தைதான். இதில் இவர் மட்டும் என்ன விதிவிலக்கு என்பது புரிய அவளுக்கு வருடங்கள் ஆனது. இப்போது புலம்புவதில்லை.

மந்தைக்கு வரும் ஆடு, மாடுகள் குறைய குறைய, அங்குள்ள இடங்களை, வேலி மாதிரி, சிலர் பிடித்துப் போடத் தொடங்கினார்கள். முதன் முதலில் அங்கு ஓர் இடத்தைக் கட்டியது, லாடம் அடிக்கும் சுப்பையா. நான்கு பக்கமும் மண்சுவர் கட்டி, பனை ஓலையால் கூரை வேய்ந்து, லாடம் அடிக்கும் வேலைக்கான இடமாக அதை மாற்றினார். அதன் முன்னே தென்னை ஓலை பந்தல். ஓர் ஓரத்தில் பெஞ்ச் போட்டிருந்தார்.

அவரைப் பார்த்து பரமசிவத்தேவர், மந்தையின் பின் சரிவில் ஓர் இடத்தில் கற்களை வைத்து சுற்றிக் கட்டினார். சுப்பையா, என்ன அளவில் இடத்தைப் பிடித்தாரோ, அதே அளவில் இவரும் வேலி அமைத்தார். "எதுக்கு இங்ஙன இடத்தைப் புடிச்சு போடுதேரு" என்று கேட்பவர்களிடம் "சும்மா ஒரு சின்ன வீட்டை வச்சுக்கிடலாம்னுதான்" என்று இடக்காகச் சொல்வார். "ஒமக்கு இருக்க தோப்பு, தொரவுக்கு இதுல வேற இடம் வேணுமாங்கும்" என்பவர்களிடம், "நாளைக்கு என்ன வேணாலும் நடக்கலாம்டே" என்பார்.

இதற்குப் பிறகும், மந்தைக்குத் தொடர்பில்லாதவர்கள் அங்கு இடங்களைப் பிடித்தப்பின்னும், தினமும் அங்கு மாடு பத்திக்கொண்டு வருபவர்களுக்குத் தங்களுக்கென ஓர் இடத்தைப் பிடிக்க வேண்டும் என்ற எண்ணம் வரவே இல்லை. தானுண்டு தங்கள் வேலையுண்டு என்றிருப் பவர்களுக்கு அப்படி தோன்றாததில் ஆச்சரியமேதுமில்லை.

அரிசி ஆலையில் வேலைபார்க்கும் கருப்பையா நம்பியார், பரமசிவத் தேவரைப் பார்த்து தானும் ஓர் இடத்தை வளைத்தார். அவர் வளைத்தது மந்தையில் மாடுகள் போடும் இடத்துக்குக் கீழ்ப்பக்கம். "ஆடுவள அடைக்க ஆவும்லா" என்று சொன்னார். அவர் சொல்லிதான் ஆடு, மாடுமேய்ப்பவர்களும் ஆளாளுக்கு ஒரே அளவில் இடங்களைப் பிடித்து வேலி போடத் தொடங்கினார்கள்.

அப்போது கூட பனஞ்சாடிக்கு அந்த எண்ணம் வரவேயில்லை. "இந்தப் பொத்தையில இடத்தைப் பிடிச்சு, உருப்புடும்" என்று சொல்லிக் கொண்டலைந்தார்.

சரியாக இடமும் வலமும் பாதைக்கு இடம் விட்டு, நேர்க்கோட்டில் பலர் இடங்களைப் பிடித்து வேலி போட்டார்கள். அதிலும் குமாரசாமி, இன்னும் கொஞ்சம் இடத்தை இழுத்து பாதையையும் சேர்த்து வேலி போட்டிருந்தான். அந்த இடம் மட்டும் நேர்க்கோட்டில் இருந்து வளைந்து தென்னி நின்றது. அங்கு ஏற்கனவே இடம்பிடித்தவர்கள் அவனைத் திட்டி, சரிசமமாக இடம் பிடிக்கச் சொன்னார்கள்.

இதற்குப் பிறகு, பனஞ்சாடிக்காக அவருடன் மாடு மேய்த்த 'வசதி' ஓர் இடத்தைக் கற்களால் வேலி மாதிரி அமைத்து சும்மா பிடித்துப் போட்டான். அதற்குள் முன்பகுதி எல்லாம் முடிந்துவிட்டதால், மந்தையின் உள்ளே பொத்தையில் பிடிக்க வேண்டியதாகிவிட்டது. வசதி அதை, என்ன அளவில் பிடித்தானோ தெரியாது. அது சரியாக மூன்று சென்ட் இருந்தது.

அடுத்தடுத்து சிலர் அங்கு முதலில் கூரை வீட்டை கட்டினார்கள். அங்கொன்றும் இங்கொன்றுமாக வீடுகள் முளைத்தபின் மந்தை பரபரப்பானது. அதன் நடுவில் இருந்த சாணங்களால் நிரம்பிய பெரிய எருக்கெடங்கை கை விட்டார்கள். மாடுகளும் ஆடுகளும் படிப்படியாகக் குறையத் தொடங்கியதும், காலையில் அவை மேயப் போனதும் கூடையில் சாணியை அள்ளிக் கொண்டு போய் அவரவர் வீட்டுஎருக்கிடங்கில் கொட்டத் தொடங்கினார்கள். வீடுகள் தொடர்ந்து முளைத்தன. ஒன்றைப் பார்த்து ஒன்றென.

பஞ்சாயத்து அலுவலகத்தின் எதிரில், மந்தைக்குள் நுழையும் இடத்தில், ஒரே ஒரு தெருவிளக்குத்தான் முதலில் இருந்தது. பிறகு மந்தைக்கு நடுவில் இன்னொரு தெருவிளக்குப் போடப்பட்டது. இங்கு தெரு விளக்கு முளைத்ததற்கும் விவகார காரணமொன்று இருக்கிறது.

சுப்பையா, தனது மகனின் திருமணத்துக்கு முன், இங்கு பிடித்திருந்த இடத்தில், ஒரு குடிசையைப் போட்டார். முதன்முதலில் மந்தையில் வீடென்று உருவானது, இதுதான்.

தனது சிறிய வீட்டில் புதுமணத் தம்பதிகள் படுக்க வசதிப்படாது என்பதால் இந்த வீட்டைக் கட்டினார். அதாவது இரவில் அவர்கள் இங்குத் தூங்கிக்கொள்ள. திருமணம் முடிந்த புதிதில் பகலெல்லாம் வீட்டில் இருந்துவிட்டு, இரவில் படுக்க மட்டும் இங்கு வருவார்கள், தம்பதிகள். இவர்கள் அப்படி வருவதை ஊர் வேடிக்கை பார்த்து கமுக்கமாகச் சிரித்துக் கொள்ளும்.

இதைக்கண்டு, முதலில் வெட்கப்பட்டுக்கொண்டிருந்தாள், புதுப்பெண். தாங்கள் என்ன செய்யப் போகிறோம் என்பதை ஊர் அறிகிற சிரிப்பு என்பதால், அவளுக்கு ஒரு மாதிரியாக இருந்தது. எல்லோரும் தங்களையே பார்ப்பது மாதிரியும் தங்களின் அந்தரங்க இரவைப் பற்றியே அவர்கள் பேசிக்கொண்டிருப்பது போலவும் அவளுக்குத் தோன்றியது. அப்படி இவர்கள் வரும்போது யாராவது எதிரில் பார்த்தால் கூட, அவளுக்குப் பதட்டமாக இருக்கும். இதன் காரணமாக வந்த வெட்கம் இன்னும் நீண்டு கொண்டே சென்றது. அவர்களையும் அதையும் நினைக்க நினைக்க, அவளுக்குக் கழுத்தும் உடலும் நடுக்கம் கொண்டன. முகத்தைத் தரை நோக்கி போட்டுவிட்டு நடக்கத் தொடங்கினாள். இப்போது பழகிவிட்டது. ‘ஊரு ஒலகத்துல பண்ணாததையா பண்ணப் போறோம்’ என்று அவளுக்கு நம்பிக்கையூட்டினான் கணவன்.

இரவு நேரங்களில் மேலத் தெருவில் சுக்காப்பி கடைகளில் கூடி, கதை பேசும் ஆடு, மாடு மேய்க்கும் கூட்டம், கெட்ட வார்த்தைகளை அள்ளி வீசியதால், அக்கம் பக்கத்து வீடுகளில் இருப்பவர்கள், ஆவலாதி சொல்லத் தொடங்கி விட்டார்கள்.

“மூதியோ என்னா பேச்சு பேசுதுவோ. இப்படியா கெட்ட வார்த்தையில பேசுவானுவோ? பொம்பளையோ தூங்காண்டாம்லா, கோட்டிக்காரப் பயலுவோளா?” என்று குறி சொல்லும் சாமியாடியாச்சி ஏசியதும் அவர்கள் கலைந்தார்கள். இதனால் தாங்கள் கூடும் இடத்தை மந்தைக்கு மாற்றியிருந்தார்கள்.

இங்கு யார் என்ன பேசினாலும் ஊருக்குள் கேட்கப்போவதில்லை என்பதால் இந்த இடம் வசதியாக இருந்தது. இப்படி ஊர்க்கதை பேசி முடிந்து எல்லோரும்

வீட்டுக்குப் போன பிறகு, குத்தாவும் பொந்தனும் இனிச்சக்குளம் அருகே, வெளியே போகிறோம் என்று சொல்லிவிட்டு, புதுமணத் தம்பதிகளின் வீட்டருகே வந்துவிடுவார்கள். தனியாக இருந்த அந்தக் குடிசை வீட்டின் கீழ்பக்கம் கொஞ்சம் உயரத்தில், ஜன்னல் இருந்தது. அதற்கு இடையில் கம்புகள் பொருத்தப் பட்டிருந்தன. விடிய விடிய தூங்காத இளம் ஜோடிகளின் சிரிப்பு சத்தம், அந்த வீட்டுக்கு வெளியேவும் கேட்டுக்கொண்டிருந்தன. கிளுக்கென கிறக்கும் அந்தச் சத்தத்தின் சிறுதுளியே, தீராகாமத்தின் வேரை ஆட்டி அசைத்துக் கொண்டிருந்தது. அந்தத் துளிக் குரலில் குத்தா, தன்னை மறக்கத் தொடங்கிவிடுகிறான். அவன் மண்டையில் ஏதோ ஒன்று ஏறி அமர்ந்து கொண்டு, அவனை அந்த ஆழ்புதையல் தேடி அலைய வைக்கிறது. அந்த சுக பேயின் பிடியில் சிக்கி, அல்லாடுகிற அவனும் பொந்தனும், தரையில் இரண்டு பெருங்கற்களைப் போட்டு ஏறி நின்று ஜன்னலின் வழியே உள்ளே நடப்பதைப் பார்க்கத் தொடங்கினார்கள்.

தங்களது தீரா ஆசையை, இன்னும் பெரும் ஏக்கத்தோடு தேங்கி இருக்கிற காமமெனும் காட்டாற்றை, உடல், பொருள், ஆவி, மறந்து பேரின்பம் தருகிற, அந்தக் கிடைக்காத ஞானத்தை, வருடங்களாக அமுங்கிக் கிடக்கிற ஏக்கங்களின் புதையலை, அவர்கள் இதன் மூலம் தணித்துக்கொண்டார்கள்.

இந்தத் திருட்டு, நீண்ட நாட்களாக நடந்துகொண்டிருந்தது. பலநாள் திருடன் கதையாக, ஒரு நாள் சிறுநீர் கழிக்க வெளியே வந்த அந்தப் பெண், தற்செயலாக, ஜன்னல் பக்கம் பார்த்தாள். இருட்டு உருவம் கண்டு, பேயோ என அதிர்ந்து கத்தினாள். ‘ஏங்க, கள்ளப்பய, கள்ளப்பய’ என்று கூப்பாடு போட்டாள். அவள் கணவன், வீட்டுக்குள் இருந்து வெளியே வருவதற்குள், தாவி பறந்தார்கள் இருவரும்.

குளத்துக்கரையின் வழியே ஓடி, அரிசி ஆலைக்கு அருகில் வந்துவிட்டார்கள். கும்மிருட்டு வேறு. சுப்பையாவின் மகன் சிறிது தூரம் விரட்டிப் பார்த்துவிட்டு, வீட்டுக்குத் திரும்பி விட்டான். அக்கம் பக்கத்தில் வீடுகள் இல்லாததால், இருவரும் பயத்தோடு, அப்பாவின் வீட்டுக்குப் போய் விட்டார்கள். அவர்கள் பயந்தது, நகைகளைத் திருட, யாரோ

நோட்டம் போட்டு வந்திருக்கிறார்கள் என்றுதான். இந்தத் திருட்டை செய்ய இவர்களெல்லாம் வந்திருக்கலாம் என்றும் அவன் சிலர் மீது சந்தேகம் கொண்டான்.

மறுநாள், இந்தக் கதைப் பரபரப்பானது. திருடர்கள் நடமாட்டம் இருப்பதாகத் தெருவில் கூடி பேசினார்கள். அந்தப் பேச்சில், குத்தாவும் பொந்தனுமே ஒன்றும் தெரியாதது போல கலந்துகொண்டார்கள். பிறகு ஏதோ, பெரும் கண்டத்தில் இருந்து தப்பியதாக நினைத்துக்கொண்டு, இனி இந்த வேலையை செய்யக் கூடாது என்று முடிவெடுத்தார்கள்.

இந்தச் சம்பவத்துக்குப் பிறகு பஞ்சாயத்து தலைவரிடம் சுப்பையா சொல்லி, அவர் முயற்சியில் இங்கு புது போஸ்டுடன் வந்து சேர்ந்தது, தெரு விளக்கு.

தெருவிளக்கு வந்த பின் இன்னும் சிலர் வீடுகளைக் கட்டத் தொடங்கினார்கள். பனஞ்சாடி, தன் மூத்த மகள் கல்யாணத்துக்கு வயல்களையும் இளைய மகள் கல்யாணத்துக்காகப் பூர்வீக வீட்டையும் விற்றப் பிறகு அவருக்குக் கை கொடுத்தது, இந்த இடம்தான். இப்போதும், ‘வசதி’யால்தான் இந்த வீடு கிடைத்தது என்று சொல்லிக் கொண்டலைகிறார். இன்னும் நல்ல இடத்தில் முதலிலேயே பிடித்திருக்கலாமோ என நினைத்தார் பிறகு. அந்தளவுக்குத் தனக்குப் புத்திசாலித்தனம் இல்லை என்பதையும் அவர் உணர்ந்து கொண்டார்.

இப்போது அவர் வீடு இருக்கும் பகுதி, ஒரு காலத்தில் ஆடுகள் அடையும் இடம். அதாவது மாட்டுமந்தைக்குப் பின் பக்கம். இப்போது ஆடுகளும் மாடுகளும் குறைந்துவிட்டன. அப்போது, ஓலைகளால் செய்யப்பட்ட பெரிய பெரிய பட்டிகளுக்குள் ஆடுகள் அடைந்து கிடக்கும். குட்டிகள் தனியாகவும் பெரிய ஆடுகள் தனியாகவும் அடைக்கப்பட்டிருக்கும். இருநூறு, இருநூற்றைம்பது ஆடுகள் இருந்தாலும் அம்மாவைச் சரியாகக் கண்டுபிடித்து ஓடி வந்து பால் குடிக்கும் குட்டிகளைப் பார்க்க அழகுதான்.

5

இருட்டத் தொடங்கிவிட்டது. தூரத்தில் செல்லும் மினி பேருந்தில் இருந்து, "நூறு சாமிகள் இருந்தாலும் அம்மா உன்னை போல் ஆகிடுமா?" என்ற பாடல் சத்தமாக ஒலித்தது.

அக்கம் பக்கத்து வீடுகளில் டிவி சத்தம் கேட்கிறது. பீடி தட்டை இடுப்பில் வைத்துக்கொண்டு காலை நீட்டி உட்கார்ந்து டிவி தொடருக்குள் மூழ்கியிருந்தார்கள், அனைவரும். பெண்கள் மட்டுமே பார்த்துக் கொண்டிருந்த தொடரை ஆண்களும் பார்க்கத் தொடங்கிவிட்டார்கள். தொடரின் கதைகளை டீ கடைகளில் விவாதித்துக் கொண்டிருக்கிறார்கள், வேலைக்குப் போகும் பயல்கள்.

பனஞ்சாடியை வீட்டருகே விட்டுவிட்டுச் சென்றார் ராமசாமி. வீட்டின் அருகில் இருந்த முடுக்கின் வழியே பின்பக்கம் சென்ற பனஞ்சாடி, தண்ணீர்க் குழாயைத் திருக்கிவிட்டு முகம், கை, கால்களைக் கழுவினார். துண்டால் முகத்தைத் துடைத்துவிட்டுப் பார்த்தார். தொழுவில் பசுவின் மடுவில் வாய் வைத்துக் கொண்டிருந்தது, இளங்கன்று.

அடுக்களைக்குள் இருந்து வீட்டுக்குள் சத்தம் கொடுத்து, 'கன்னுக்குட்டிய இன்னுமா கெட்டல?' என்றார். அவர் மனைவி பின் பக்கக் கதவின் கொண்டியை திறந்து, "டிவி நாடகத்துல உட்கார்ந்தாச்சா, மறந்தாச்சு" என்று

பொதுவாகச் சொன்னாள். தன்னைப் பற்றி புகார் சொல்வதாக, மருமகள் நினைத்துக் கொள்ள வாய்ப்பிருக்கிறது என்பதால், அவளே வந்து கன்னுக் குட்டியைக் கட்டினாள்.

மாலை ஐந்து, ஐந்தரை மணி வாக்கில் பால் கறந்தது. இவ்வளவு நேரம் கன்னுக்குட்டியை அவிழ்த்துவிட்டிருக்கிறாள் என்று மனதுள் நினைத்துக் கொண்டாள், பனஞ்சாடியின் மனைவி.

பெரிய தொழுவு சுருங்கி சுருங்கி, இப்போது வெறும் இரண்டு மாடுகளோடு நடக்கிறது வாழ்க்கை.

அடுக்களையில் நின்று வீட்டின் உள்ளே பார்த்தார். டிவி முன் அக்கம் பக்கத்து வீட்டுப் பெண்களுடன் கூடியிருந்தார்கள். "அவென காங்கலை?" என்று மகனை விசாரித்தார், மனைவியிடம். "இன்னும் வரலை" என்றவள், "சோத்தைக் கொண்டாரட்டா?" என்று கேட்டாள்.

"செத்த நேரம் ஆட்டும்..." என்ற பனஞ்சாடி, மச்சிக்கு ஏறினார். காலையில் அவர் உட்கார்ந்திருந்த பிளாஸ்டிக் சேர், இப்போதும் அதே இடத்தில் கிடந்தது. அதில் உட்கார்ந்துகொண்டு பீடியைப் பற்ற வைத்தார். நிலா, வெளிச்சம் பரப்பி இருந்தது. பின்னாலேயே வந்த அவர் மனைவி, பக்கத்தில் அமர்ந்து கொண்டாள். அவள் அப்படி வந்து உட்கார்ந்தால் யாரைப் பற்றியோ புகார் சொல்லப் போகிறாள் என்று அர்த்தம். பெரும்பாலும் மருமகளைப் பற்றியதாகத்தான் இருக்கும்.

வயதாகிவிட்டால் சில விஷயங்களைக் கண்டும் காணாமல் இருப்பதுதான் சரி என்று நினைத்துக்கொள்வார், பனஞ்சாடி. அவர் மனைவியால் அப்படி இருக்க முடியவில்லை. பலமுறை அதை மறைமுகமாவும் சில முறை நேரடியாகவுமே சொல்லிப் பார்த்தார். பலனில்லை. பின் அவள் போக்கில் விட்டுவிட்டார்.

"சோத்துப்பானைய எப்படி வச்சிருக்காங்கியோ... சோத்துப்பருக்கைப் பூரா ஆப்பையில இருக்கு. அதைப் பானைக்குள்ள தட்டிவிட்டா என்ன? சோத்துப் பானைக்குள்ளயும் சோறு பூரா சட்டிக்கு மேல அப்பியிருக்கு. செத்த நேரம் விட்டா அது என்னத்துக்காவும்? அந்தப் பருக்கையோ பூரா, காய்ஞ்சி வீணாதாம் போவும். ஒத்த

பருக்கைக்கு ஒவ்வொருத்தம் என்ன பாடு படுதாம்... இதை சொன்னா கோவம்லா வருது அவளுக்கு" என்பாள்.

"இது ஒரு வெவாரமாட்டி... இதலாம் வந்து சொல்லிட்டிருக்கெ?" என்பார் பனஞ்சாடி.

அடுத்த நாள், "எந்தப் பொட்டச்சியாது, உச்சி வெயில்ல போயி குளிப்பாளா, வாய்க்கால்ல? இவா போறா. அந்த நேரத்துல குளிச்சு என்னத்துக்கு? வீட்டுக்கு நடந்து வாரத்துக்குள்ள நசநசன்னு ஆயிரும் ஒடம்பு. நாம்லாம் தொழுவு வேலைய முடிச்சுட்டு காலைல ஒன்பது பத்து மணி வாக்குல குளிச்சுதாம் பழக்கம்... நா சொன்னா கேக்காளா, இடும்பு புடிச்சவா..?" என்று ஆரம்பிப்பாள்.

பனஞ்சாடிக்குக் கோபமாக வரும். "அவளுக்கு எப்பம் சவுரியமோ, அப்பம் குளிக்கட்டும்... இதுக்கு என்னட்டி நேரங்காலம் இருக்கு. கருக்கல்லதான் நெறய பேரு குளிக்காவோ, அதுக்கு என்னய்ய முடியும்?" என்பார்.

பிறகு, "நா என்ன சொன்னாலும் திண்டுக்கு முண்டு பேசிட்டுதான் இருப்பியோ... ஒம்மக்கிட்ட போயி சொன்னம்பாரு, எம்புத்திய பிய்ஞ்ச செருப்பால அடிக்கணும்" என்று சொல்லிவிட்டு இரண்டு மூன்று நாள் மூஞ்சைத் தூக்கிக் கொண்டு இருந்து விடுவாள்.

நான்கைந்து நாளில் மீண்டும் குறை சொல்வதை ஆரம்பித்துவிடுவாள்.

"ஒங்க மவனை, அவா என்னா பேச்சு பேசுதாங்கியோ? உங்களை நாம் அப்படி பேசியிருந்தா, என்னைய வெட்டியே போட்டிருவியோ, அவ்வளவு பேச்சு பேசுதா? அந்தப் பயலும் பம்மிட்டுலா போறாம், பொண்டாட்டி பின்னால. நா ஏதும் சொன்னா மட்டும் ஏழு வீட்டுக்கு கேக்குத மாதிரி அவயம் போடுவாம்"

"பொண்டாட்டி புருஷம் சண்டைலாம் பிரச்னையாட்டீ, ஒண்ணுமத்து போவா..." என்பார். இப்படியே போகும் இவர்கள் பஞ்சாயத்து. இப்போதும் அப்படித்தான் ஆரம்பித்தாள்.

"நீங்க பட்டா வாங்கணும்னு இந்தா அலை, அலையுதியோ... அவனுக்குக் கொஞ்சமாது வாட வருத்தம்

இருக்கா, அதெப் பத்தி?" என்று ஆரம்பித்தாள்.

"ஏம்?"

"நேத்துதாம் சொன்னம். ஏல, இந்த வயசுல அவரைப் போயி அலைய விடுதியே... நீ போயி ஒரு எட்டுப் பாரம்னு..."

"என்ன சொன்னாம்?"

"உண்டான வேலைய பார்க்கவே நேரம் இல்லைங்காம்"

"அவம் சொல்லுதது சரிதான?"

"வீட்டு, கஞ்சி தண்ணிக்கு வேலை பாப்பானா, இதுக்கு அலைவானா? இதுக்கு அலைஞ்சா, கஞ்சி தண்ணிக்கு கைய சூம்பிட்டு நிய்க்கவா?" என்ற பனஞ்சாடி, "உனக்கு ஏம்ட்டி, இந்த ஆக்கங்கெட்ட வேலை?" என்று கேட்டார். அவளுக்குச் சுர்ரென ஏறிய கோபம் முகத்தில் அனலாகத் தெரிந்தது.

"என்னத்த தப்பா சொல்லிட்டம்னு எரிஞ்சு விழுதேறு?"

"ஒங் துறுத்திய ஊதிட்டு இருந்தாலே போதும். உனக்கெதுக்கு இந்த வேல? ஊருல இருக்க பொம்பளைலுவோ வாய கோணூசி வச்சி தச்சாச்சுன்னு வையி, முக்காவாசி ஆம்பளைலுவோ நிம்மதியா இருப்பானுவோ, பாத்துக்கெ?"

"ஆமா தப்பேறு, தப்பேறு... கோணூசிய வச்சித் தப்பாராம்லா?"

"பெறவு..., எப்பட்டா வருவாம், எழவை இழுக்கலாம்னுதான் இருக்கே நீ... அதாம் நா ஒருத்தம் தெண்டத்துக்கு இங்க இருக்கம்லா. நா தாம் அலைஞ்சிட்டிருக்கம்லாட்டீ, ஏம் அவன்ட போயி சொல்லுத?"

"இந்த வயசுல அங்க இங்கன்னு அலைஞ்சுட்டிருந்தா, ஒடம்பு என்னத்துக்காவும்? ரெண்டு எட்டு நடந்துட்டு வந்தாலே, குறுக்க சாய்க்கலாம்னு வருது எனக்கு, ஒமக்கும் அப்படித்தான இருக்கும். அதுக்குத்தாம்?"

"பேதிலபோவா கெடுத்துட்டாளா? நீயே என் சோலிய முடிச்சிருவ போலுக்கெ? எனக்கு என்ன மயிரு வயசாயிட்டுன்னு கண்ட நீ? இதெல்லாம் வயசாட்டி? அப்பம், தொண்ணூறு வயசுவரை வயிறுமுட்ட தின்னுட்டு கல்லுமாரி அலையுதவனுவள, என்ன சொல்லுவே?"

“ஆமா... நீரு கொமரன்தாம். நேத்துதான கல்யாணம் முடிஞ்சிருக்கு மைனருக்கு. இல்லனா, இன்னும் ரெண்டு பொண்டாட்டிய வேணாலும் கெட்டும்...” என்று முகத்தைத் திருப்பிக்கொண்டவள், சிறிது நேரத்துக்குப் பின் திரும்பி, “பஞ்சாயத்து போடு திண்டுல உக்காந்துட்டு, கீழ எறங்க முடிஞ்சுதா ஒமக்கு? பேசுதேறு பேச்சு? காலும் கையும், கோயிலு கொடை கொட்டுக்கு ஆடுதாப்ல, அந்தா ஆட்டம் ஆடுது அப்படி. பாத்துட்டுதாம் இருந்தேன். கூட வந்த ராமசாமி கைய புடிச்சுதாம் இறங்குனேரு. இளமை திரும்புதவரு, ஏம் அப்படி இறங்கணும்?” என்று கேட்டாள்.

“ஆமா. இவ கண்டா?” என்ற பனஞ்சாடிக்குக் கோபம் வந்தது. இன்னும் பேசினால் சண்டையாக மாற வாய்ப்பிருப்பதால் அமைதியானார். வயதாகி விட்டதுதான். அதை இன்னொருவர் சொன்னால் ஏற்க மறுக்கிறது. வலது கையை நீட்டி விரல்களைப் பார்த்தார். கையும் விரல்களும் நன்றாக ஆடியது. “கெழடாயிச்சுன்னு ஒத்துக்கிட வேண்டியதானெ?” என்று தனக்குத்தானே சொல்லிக் கொண்டார். சிறிது நேரத்துக்குப் பிறகு, “இந்த பட்டா வேலைய நா பாத்துக்கிடுதேன். தேவையில்லாம அவன்ட்ட பேசிட்டிருக்காத, இதெ பத்தி?” என்றார் மனைவியிடம்.

“நா என்ன சொன்னாலும் கொற சொல்லுததே ஒமக்கு வேலையா போச்சு?”

“போட்டீ, போக்கத்தவள. போயி, சோத்தைக் கொண்டா?'' என்றார். முனங்கிக்கொண்டே கீழே இறங்கியவள், ஒரு தட்டில் ரசம் ஊற்றப்பட்டச் சுடுசோறு, கொத்தமல்லித் துவையல், மிளகாப் பொடியில் போட்டுப் பிரட்டிய சிறு சிறு மாங்காய் துண்டுகளுடன் மேலே வந்தாள். அவரின் சாப்பாடு அளவு, அவளுக்குத் தெரியும். மீன் குழம்பு என்றால் மட்டும் சோறு அதிகம் இறங்கும். மற்றக் குழம்புகள் என்றால், பாதித்தட்டுதான்.

பனஞ்சாடியின், மகன் மந்திரம். கடைசியாகப் பிறந்தவன். தவமாய் தவமிருந்து பெற்ற ஆம்பளைப் பிள்ளை. அவருக்குக் கிழம் தட்டிய பிறகு பிறந்த பயல். அவனுக்கும் மகள் வயிற்றுப் பேரன் குத்தாலிங்கத்துக்கும் கிட்டத்தட்ட ஒரே வயது. ரெண்டு மாதம் முன்னே பின்னே.

மகள் பேர்காலத்துக்கு வந்திருந்த நேரத்தில் அம்மாவும் வயிற்றைத் தள்ளிக் கொண்டலைந்தது பற்றி ஊரில் கிண்டலாகப் பேசினார்கள் அப்போது. என்ன செய்ய முடியும்? மகளுக்குப் பேரன் பிறந்த சில மாதங்களிலே ஆசையாய் எதிர்பார்க்கப்பட்ட மகன் பிறந்தான். அவர் அவனைப் படிக்க வைக்க நினைத்தார். செல்லம் அதிகம். அவன் இஷ்டத்துக்கு வளர்ந்தான். அதே போலதான் பேரனும். இரண்டு பேரும் சேக்காளிகள் போலவே அலைந்து திரிந்தார்கள். ஒன்றாகச் சுற்றி ஒன்றாக அலைந்து, ஒன்றாக வந்தாலும் வாழ்க்கை இருவரையும் வேறு வேறு ஆக்கிவிட்டது, பெரியவனான பிறகு.

உள்ளூர்ப் பள்ளிக்கூடத்தில் படித்தார்கள் இருவரும். ஏழாம் வகுப்பைத் தாண்ட முடியவில்லை குத்தாலிங்கத்துக்கு. தட்டுத்தடுமாறி ஒன்பதாம் வகுப்பு வரை போனான், மந்திரம். பிறகு படிப்பு வரலை என்று சொல்லிவிட்டு ஊர் சுற்ற ஆரம்பித்தான்.

வளர்ந்த பின், மாடுமேய்ப்பதைக் கவுரவ குறைச்சலாகக் கருதியதன் பொருட்டு, கொத்தனார் வேலைக்குச் சென்றான். முதலில் கையாள். சாந்து குழைக்கக் கற்றுக்கொண்டபின், மேஸ்திரி தனக்குத் தோதான ஆளாக மாற்றிக் கொண்டார் அவனை. பிறகு அவர் இல்லாத நேரத்தில் சிமென்ட் பூசிப் பழகிக் கொண்டான். இதற்கே நான்கைந்து வருடங்கள் ஆகிவிட்டது. இப்போது மேஸ்திரிக்கு அவன் இல்லாமல் முடியாது. கொத்தனார் உள்ளூரில் அதிக வேலைகளைச் செய்வதில்லை. அக்கம் பக்கத்து ஊர்களில்தான். சம்பளம் சரியாக வந்துவிடும். ஆத்திர அவசரத்துக்கு கடன் கொடுக்கிறார் என்பதால் மேஸ்திரியுடனே ஐக்கியமானான் மந்திரம். தினமும் ஏதாவது வேலை இருந்து கொண்டே இருக்கும். ஒரு நாள் லீவு என்றால் கூட, சின்ன சின்ன ஒக்கடும் வேலைகளுக்கு அழைத்துச் சென்றுவிடுவார்கள் என்பதால் அவன் வீட்டில் இருப்பது அரிது. இப்போது இருக்கும் வீடு கூட அவன் கட்டியது தான். அதனால்தான் இன்னும் முடிக்கப்படாமல் இருக்கிறது.

குத்தா, சிறுவயதிலேயே மாடு மேய்க்கப் போனான். அப்போது, மாடு மேய்க்க பெரிய கோஷ்டி இருந்தது. கேலியும், கூத்துமாக அவர்களுடன் செல்வதே சுகமாக

இருக்கும். விளையாட்டும் திருட்டுமாக அவர்கள் செய்யும் அலும்பு அளவில்லாதது. அந்த வாழ்க்கை, வேடிக்கை அவனுக்குப் பிடித்தமானதாக இருந்தது. மாடு மேய்க்கும் சாக்கில் ஆத்தோரத்தில் கூட்டாஞ்சோறு பொங்கித் தின்பதும் ஐயர் கிணற்றில் பண்ணாமீன் பிடித்து சுட்டுத்தின்பதும் அவனுக்குப் போதையைத் தந்தன. ஊரின் ஓரத்து வீட்டில் இருக்கும் அந்தப் பொம்பளைப் பற்றி ஆபாசமாகப் பேசி திரிவதும், சிறுவயது கிறக்கம்.

அதோடு, இன்னொரு காரணமும் இருந்தது. தெற்குத் தெருவில் இருந்து ஆடு பத்திக்கொண்டு வரும் செங்கமலத்தின் மீது அவன் காதல் வயப்பட்டிருந்தான். அந்தக் காதலின் காரணமாகவே படிப்பை விட்டுவிட்டு அவன் மாடு மேய்ப்பதைத் தேர்ந்தெடுத்தான். அவள் எங்கெல்லாம் ஆடு பத்திக் கொண்டு போகிறாளோ, அங்கெல்லாம் இவனும் மாடு பத்திக்கொண்டு போக ஆரம்பித்தான். கூட்டாளிகளுக்கு இது தெரியவர, அவனையும் அவளையும் இணைத்துப் பேசிய கிசுகிசுக்கள் வரத் தொடங்கின. பிறகு அந்தக் காதல் தொடரவில்லை. அவள் பத்தையூருக்கு வாக்கப்பட்டுப் போய் விட்டாள். இவனுக்கு நன்றாக மீசை, தாடி வளர்வதற்குள்ளாகவே, அவள் இரண்டு குழந்தைக்குத் தாயாகிவிட்டாள். முதலில், அவளை மறக்க முடியாமல் அலைந் தான். ஒப்பாரி பாட்டியின் பேத்தி மீது அவனுக்கு ஆசை வந்த பிறகு, செங்கமலம் பற்றிய நினைவு கொஞ்சம் கொஞ்சமாக மறையத் தொடங்கியது.

ஆனால், இப்போதும் ஏதும் விசேஷங்களுக்கு ஊருக்கு வந்தால், அவனைத் தேடி பார்த்து, பேசிவிட்டுத்தான் போகிறாள், செங்கமலம்.

குத்தாவுக்கு இப்போது அவமானமாக இருக்கிறது. படிக்காமல் விட்ட வருத்தமும் மாடு மேய்க்கப் போய், வாழ்க்கையைத் தொலைத்து விட்ட கவலையும் தொடர்ந்து அவனை ரணப்படுத்துகிறது. தன்னுடன் படித்தவர்கள் வெளியூரில் வேலை பார்த்துவிட்டு, தீபாவளி, பொங்கலுக்கு ஊருக்கு ஸ்டைலாக வரும் போதெல்லாம் அவனுக்கு ஏக்கமாக இருக்கும். தானும் இப்படி ஆகியிருக்கலாம் என்கிறத் தவிப்பு எழுந்து அடங்கும்.

"என்னடே குத்தா, எப்படியிருக்கெ?'' என்று

கேட்கும்போது, "நல்லாயிருக்கேன்" என்று சொல்வது வாடிக்கைதான். அதற்கு பின் அவன் படுகிற அவஸ்தை அவனுக்கு மட்டுமே தெரிந்தது. இதன் காரணமாகத் தன்னுடன் பள்ளியில் படித்த யாராவது வெளியூரில் இருந்து வந்தால், தூரத்திலேயே கண்டும் காணாமல் ஒதுங்கிவிடுவான், குத்தா.

மும்பையில் வேலை பார்க்கும் அவனுடன் படித்த கணேசன், ஒரு நாள் டீ கடை அருகே அவனைப் பார்த்தபோது, சத்தம் போடாமல் ஒதுங்க நினைத்தான் குத்தா. ஆனால், கத்திக் கூப்பிட்டான் கணேசன். நலம் விசாரித்துவிட்டு, "ஏல, குத்தான்னா, இந்தியில நாயின்னுலா அர்த்தம். நீ எல்லாரையும் முழு பேரைச் சொல்லி கூப்பிட சொல்லு" என்று சொன்னதும் அங்கிருந்தவர்கள் சிரித்தார்கள்.

சாப்பிட்டு முடித்ததும் பனஞ்சாடிக்கு ஏப்பம் பெரிதாக வந்தது. மச்சியில் நின்றபடி செம்புத் தண்ணீரை கையில் ஊற்றிக் கழுவினார். பிறகு அங்கும் இங்கும் நடந்துவிட்டு அதே சேரில் உட்கார்ந்தார். தட்டை எடுத்துக் கொண்டு கீழே இறங்கினாள் அவர் மனைவி.

ஒரு பீடியைப் பற்ற வைத்து சேரில் சாய்ந்தார். காற்று இதமாக வீசிக் கொண்டிருந்தது. தூரத்தில, பக்கத்து நகரத்தில் இருந்து வரும் பேருந்து, ரயில்வே கேட் வளைவில் திரும்புவது தெரிந்தது. இதற்கு முன் மொத்தமே மூன்று பேருந்துகள்தான் இந்தப் பாதையில் வரும். இப்போது அடிக்கடி வருகின்றன.

மச்சியில் இருந்து பார்த்தால், பஞ்சாயத்து அலுவலகத் திண்டின் முன் பகுதி, லைட் வெளிச்சத்தில் தெரிந்தது. அதன் வெளிச்சத்தில் நின்றபடி யாரோ நான்கைந்து பேர் பேசிக்கொண்டிருக்கிறார்கள்.

பனஞ்சாடிக்கு எங்கெங்கோ சிந்தனை சென்று வந்தது. ஒரு காலத்தில் இந்த மந்தை எப்படியிருந்தது என நினைத்துக்கொண்டார். நண்பர்களோடு, தான் ஆடு, மாடு மேய்த்தபோது இருந்த மந்தை, எவ்வளவு சுகத்தைத் தந்தது என்று தோன்றியது. அந்த மயக்கம், இப்போது ஆடு, மாடு மேய்க்கும் பயல்களிடம் இல்லையே, ஏன் என்றும் அது

இவர்களிடம் காணாமல் போய் விட்டது என்றும் முடிவு செய்துகொண்டார். ஆனால், அவர் மனசுக்குள் கிடந்து, அந்த வாழ்க்கை அங்கும் இங்கும் ஓடிக்கொண்டிருக்கிறது. அவரை அறியாமல் அது விருட்டென எட்டிப் பார்த்து, "என்னைய மறந்துட்டியா?" என்று கேட்கிறது. மச்சியில் படுத்து வானத்தைப் பார்த்துக்கொண்டிருக்கும் போதும் தனது பிராயத்தில் பார்த்த நட்சத்திரம் அவருக்கு அதை ஞாபக மூட்டிப் போகிறது. அல்லது எதிர்படுகிற ஏதாவது ஒரு நீட்டி எருமையோ, மொட்டை எருமையோ, கப்பைக் கொம்பு எருமையோ, விரிஞ்ச எருமையோ, தான் மேய்த்த மாடுகளில் ஒன்றாக உருமாறி, தனக்கு அந்த ஞாபகத்தைத் தந்து விடுகிறது. வயிற்றில் வெள்ளை கிடக்கும் மறையாடோ, செந்நிற முதுகைக் கொண்ட கரியாடோ, செங்கிடாயோ, தரைவரை மடுவோடு அலையும் சீனிப்பல் ஆடோ, கன்னியாடோ, போர் ஆடோ அவருக்கு ஏதாவது ஒரு கதையை ஞாபக மூட்டிப் போகிறது.

அந்த நினைவுகள், கிளர்ச்சியை ஏற்படுத்துகிறது. வீட்டில் ஏதும் பிரச்னை என்றாலோ, மனசு சரியில்லை என்றாலோ, கவலையைத் தூக்கி ஓரமாக வைத்துவிட்டு, வலுக்கட்டாயமாக மந்தைக் கனவுக்குள் செல்வதை வழக்கமாக வைத்திருக்கிறார். அந்தக் கனவுக்குள் சுடலியும் இருந்தாள்.

6

ஊருக்கு வெளியே, ஒரு காலத்தில் பெரும் மந்தையாக இருந்ததால்தான் இதற்கு மந்தையூர் என்ற பெயர். ஊரில் இருந்து கொஞ்சம் மேடாக இருந்தது இந்த இடம். பஞ்சாயத்து அலுவலகத்துக்குக் கீழ்ப்பக்கமாக, நூறடி தூரத்தின் உள்ளே, காயந்து பொட்டல்காடாக இருக்கும், பெருங்கற்கள் முளைத்திருக்கிறப் பொத்தைகளைக் கொண்ட, மந்தை. பொத்தைதான் என்றாலும் அங்கும் இங்கும் சரிந்தும் நெளிந்தும் இருக்கிற பகுதி இது.

மந்தையின் முதல் பகுதி ஆடுகளுக்கானது. ஆட்டு மந்தையைத் தாண்டிதான் மாடுகளின் பகுதி. ஆடுகளைப் போடுவதற்காக இடப்புறம் ஒன்றும் நடு பாதைக்கு வலப்புறம் ஒன்றுமென இரண்டு பட்டிகள். சுமார் முந்நூறு, முந்நூற்றைம்பது ஆடுகள் இருக்கும். இதில் பாதி செம்மறி. மூங்கில் பட்டைகள் கொண்டு அடைக்கப்பட்ட வேலி. அதற்குள் முனங்கிக் கொண்டோ, சத்தம் போட்டுக் கொண்டோ ஆடுகள் கிடக்கும். ஓர் ஆடு சத்தம் போட ஆரம்பித்தால் நான்கைந்து சேர்ந்து குரல் கொடுக்கத் தொடங்கும். அதன் பிஞ்சுக்குட்டிகளுக்காக, பனை யோலைகளால் வேயப்பட்ட ஒரு கூடு. இந்த ஆட்டுக் கூட்டத்துக்குள் இருந்து குட்டிகளைப் பிரித்து அந்தக் கூட்டுக்குள் அடைத்திருப்பார்கள். பெத்தக் குட்டிகளைப்

பார்த்துக்கொண்டே, அதன் ஞாபகத்தில் அருகில் கிடக்கும் தாயாடுகள்.

குட்டிகளுக்கானக் கூடு உருவாக்குவது சுகமான வேலை. கூடுகளைச் சரியாகச் செய்பவர்களாக, ஊரில் மூன்று பேர் இருந்தார்கள். அதில் முதன்மையானவர் பனஞ்சாடி. "பனஞ்சாடி செஞ்ச கூடுன்னா குண்டூசி நுழையுமாவே?" என்பார்கள். மூங்கில் கம்புகளை வட்டமாக வளைத்து வளைத்துக் கட்டுவார்கள். பிறகு அந்த வட்டத்தை விட சின்ன அளவில் மற்றக் கம்பு. இதை நனைய வைத்த புளிச்சநாரால் இறுக்கி இறுக்கிக் கட்டுவார்கள். பின் அதன்மேல் பனையோலை வேய்ந்து உருவாக்குவார்கள். சிறு வெளிச்சம் கூட உள்ளே விழாதவாறு ஓலை வேய்வார்கள். சிறு ஓட்டை வழியாக, பாம்புகள் நுழைந்து மூச்சு விட்டால் கூட, குட்டிகள் இறந்துவிடும் என்பதால் இப்படி. அப்படியும் ஏதாவது சிறு சிறு ஓட்டைகள் தெரிந்தால், வேப்பங்குலையைக் கொண்டு வந்து கூட்டுக்குள் சொருக வேண்டும்.

காலையிலேயே மந்தையில் வேலை ஆரம்பித்துவிடும். பனஞ்சாடியின் பெரியம்மாதான் ஆட்டுப்பட்டிக்கு வருவாள். புழுக்கைகளைத் தூத்து, ஓலைக் கூடையில் போட்டு எருக்கெடங்கில் கொட்டுவாள். இல்லை யென்றால் வாய்க்கால் தாண்டி இருக்கிற வயலில் போடுவாள்.

மந்தைக்குப் பத்து மணிக்கு மேல்தான் மாடுகள் வந்து சேரும். ஊர் மாடுகளை அதன் உரிமையாளர்களோ, மாடுமேய்ப்பவர்களோ பத்திக் கொண்டு வந்து மந்தையில் விட்டுவிட்டு பிறகு மற்ற மாடுகளைப் பத்தப் போவார்கள். இதனால் ஆடுகள் அடையும் பகுதியில் காலையிலேயே வேலை காத்திருக்கும்.

மாடுகளை மேய்ச்சலுக்குக் கொண்டு சென்றுவிட்டு மாலையில் வீட்டுக்குப் பத்திக்கொண்டு வந்தாலும் இரவில் அவற்றுக்குப் புற்களோ, வைக்கோலோ வைக்கவேண்டும். பகல் முழுவதும் மேய்ந்தாலும் அதற்குக் காணாது. இதற்காக மாடுகளைக் கட்டிப்போடும் பகுதியில் ஒரு சிறு தட்டிக் கட்டி வைத்திருப்பார்கள்.

பால் மாடு என்றால் கடலைப் புண்ணாக்கோ,

மாட்டுத்தீவனமோ, கழனி தண்ணீரில் மதியமே ஊறப்போட்டு வைத்திருக்க வேண்டும்.

ஆடுகள், அப்படியல்ல. மேய்த்துக்கொண்டு வந்து பட்டியில் அடைத்துவிட்டால் போதும். மறுநாள் வரை அவை, அப்படியே கிடக்கும். ஈன்ற ஆடுகள் மட்டும், அதன் குட்டிகளைத் தேடி, பட்டி அருகில் சத்தம் கொடுத்துக் கொண்டு நிற்கும். அம்மாவின் சத்தம் கேட்டு, குட்டிகளும் கத்தும். கூட்டில் இருந்து குட்டிகளை அவிழ்த்துவிட்டால் சரியாகத் தாய் ஆடுகளைத் தேடி ஓடும் குட்டிகள், துள்ளித்துள்ளி பால் குடிக்கும். தாய்க் குட்டிகள் அவற்றை நாக்கால் நக்கும்.

ஊரில், ஆடு மேய்ப்பவர்கள் மூன்றுபேர்தான். நூறு ஆடுகளுக்கு மேல் ஒருவரால் மேய்க்க முடியாது என்பதால் மூன்று பேர் சுமார் முந்நூறு முந்நூற்றைம்பது ஆடுகளைப் பிரித்து மேய்த்தார்கள். மாடு மேய்ப்பவர்கள், யாராவது ஒரு நாள் மாட்டுக்குச் செல்ல முடியவில்லை என்றால், ஆடு மேய்ப்பவர்களில் ஒருவர் அந்தப் பொறுப்பைச் சேர்த்து எடுத்துக் கொள்வார். இதேதான் மாடு மேய்ப்பவர்களுக்கும்.

பனஞ்சாடியோடு வசதி, கந்தன், தீ ஆகியோர்தான் நல்மேய்ப்பர்கள். சொந்த ஆடு, மாடுகளோடு ஊர் ஆடு, மாடுகளையும் மேய்க்கிறவர்கள். இவர்களின்றி எப்போதாவது கருப்பையாவும் அவன் சித்தப்பா மகன் மணியும் சேர்ந்து கொள்வார்கள்.

ஒவ்வொரு அறுவடைக்கும் இரண்டு மூட்டை நெல் கூலி. நெல் தராத வீட்டு மாடுகளுக்கு, மாடு ஒன்றிற்கு மாதம் இரண்டு ரூபாய்.

கந்தன், பூசும்பெருமாள் சாஸ்தா கோயில் இருக்கும் பகுதியிலும் தீ, சேரிகுளம் பகுதியிலும் மேய்ப்பவர்கள். சேரிகுளம் ஊருக்கு கிழக்கே இருக்கிறது. கடல் போல் காட்சியளிக்கும் குளத்துக்குப் பின்பக்கம் இருக்கிற பெருந்தோப்பும் அய்யனார் கோயிலும் அதைச் சார்ந்த பகுதிகளும் தீயின் கணைப்புக்குக் கட்டுப்பட்டவை. அவற்றை அப்படி பழக்கி வைத்திருக்கிறான். இயல்பாகவே எதற்கும் கோபப்பட்டு பார்த்திராத அவன், ஒரு நாள் மாடு

மேய்க்க வரவில்லை என்றால் கூட அந்தப் பகுதி அவனைத் தேடி காத்திருக்கும்.

தீயிக்குப் பேச்சு வராது. கொஞ்சம் முக்கி கஷ்டப்பட்டுதான் பேசுவான். வார்த்தை சரியாக விழாது. ஆனால், வாயசைப்பை கவனித்து இதைத் தான் சொல்ல வருகிறான் என்பதைப் புரிந்துகொள்வார்கள். இல்லையென்றால் சைகையாலும் பேசுவான். மாடுகளைப் பத்துவதற்கு, க்கியே என்பதற்குப் பதிலாக, க்க்கா... க்கா என்பான். அந்தக் குரல் அவன் மாடுகளுக்குப் பழக்கமானது. அந்தச் சத்தம் கேட்டே அவை அலையும்.

தீ பேசாததற்கு, பலவருட சாபம் ஒன்று இருப்பதாகச் சொல்கிறார்கள். தீயின் அப்பாவும் தாத்தாவுமே பேச்சு வராதவர்கள்தான்.

ஒரு காலத்தில், தீயின் முன்னோர்கள், வயலில் வேலை பார்த்துக் கொண்டிருந்தார்களாம். அப்போது நன்றாக விளைந்திருந்த பயிரை பசுமாடு ஒன்று மேய்ந்துகொண்டிருந்தது. விரட்டி இருக்கிறார்கள். தினமும் அந்தப் பசு, அதே நேரத்தில், அதே வயலில் பயிர்களைத் தின்பதை வழக்கமாக வைத்திருக்கிறது. இதற்கு முடிவு கட்ட குடும்ப முன்னோர்கள் நினைத்துக் கொண்டிருந்தார்கள். அப்போது ஒரு நாள் முன்னோர்களில் ஒருவர் புல்லறுத்துக்கொண்டிருந்தார். அந்த நேரம் பார்த்து பசு, பயிரில் வாயை வைத்திருக்கிறது. கோபத்தில் பண்ணரி வாளால் மாட்டின் வாயில் சும்மா வீசி இழுக்க, பசுவின் நாக்குத் துண்டாகி விழுந்துவிட்டது. இதை அவரும் எதிர்பார்க்கவில்லை. துடிதுடித்துவிட்டது பசு. வலி தாங்க முடியவில்லை. பெருங்குரலெடுத் துக் கத்திக் கொண்டே அங்கிருந்து ஓடியது. ஓடிய பாதையெல்லாம் ரத்தம். மாட்டின் அவயம் கேட்டு அக்கம் பக்கத்து வயல்களில் வேலை பார்த்தவர்கள் அதிர்ந்து விட்டார்கள். அப்படியொரு அவயம் அது. பிறகு அடுத்த சில நாட்களிலேயே மாடு இறந்துவிட்டது. வெட்டியவருக்கும் வருத்தம்தான். ஒரு மாட்டை அந்நியாயமாக இப்படி கொன்று விட்டோமே என்று.

இதற்குப் பிறகு அந்த வயல்காரர்களின் குடும்பத்தில் பிறந்த எல்லா ஆண் குழந்தைகளுக்கும் பேச்சுவரவில்லை.

பசுவின் சாபம்தான் பேச்சுவராமல் போவதற்குக் காரணம் என்றார்கள். அந்தக் குடும்பத்தைச் சேர்ந்தவன்தான், தீ. இதை அவன் குடும்பக் கதை போல சொல்லி வந்தார்கள்.

தீயிடம் இந்தக் கதை பற்றி 'அப்படியாடே?' என்று கேட்டால், நாக்கைத் துறுத்திக் கொண்டு அடிக்க வருவான். எவன் சொன்னாம் ஒனக்கு? என்பான் சைகையால்.

7

பனஞ்சாடி ஆடு மேய்த்து வந்தார். எப்போதாவது தீ அல்லது கந்தன் மாடுகளையும் மேய்ச்சலுக்கு கொண்டு போவார், ஊரின் வடக்கு பக்கம். நிரம்பி வழிந்து கரைகளை முட்டும் பாறைக் குளத்துக்கரைகளில் இடுப்பளவு வளர்ந்து நிற்கும் புற்கள் பகுதி, அதையடுத்து இருக்கிற விளைகளின் ஓரங்கள், ரயில்வே தண்டவாளத்தை அடுத்து இருக்கிற, பயிர்கள் விளைவிக்காத தோப்புகள், இவன் பகுதி. வசதி, ஆற்றுக்கரையின் மேற்குப் பகுதியில் மேய்ப்பவர்.

பத்துமணி வாக்கில் பித்தளைத் தூக்குச்சட்டி, கம்பு சகிதமாக மந்தைக்கு வந்து விடுவார்கள், இவர்கள். தூக்குச் சட்டி என்றால் இது கொஞ்சம் பெரிய சட்டிதான். தொட்டுக்கொள்ள ஈராய்ங்கமோ, நேற்றையக் குழம்பின் மிச்சமோ, சுண்டக்கறியோ, துவையலோ, மாங்காய்த் துண்டுகளோ இருக்கும். வீடுகளில் பெரும்பாலும் ராத்திரிதான், சுடுசோறு. காலையில் வரும்போது ஒரு சட்டி நீத்தண்ணியைக் குடித்துவிட்டு வந்திருப்பார்கள்.

இந்தத் தூக்குச்சட்டிகளை, புளியமரத்தின் சரிந்த கிளை ஒன்றில் தொங்க விட்டுவிட்டுப் பேசிக்கொண்டிருப்பார்கள். இவர்களின் சட்டிகளைச் சுமந்து சுமந்தே அந்த மரத்தின் கிளை, வழுவழுப்பாக மாறியிருக்கிறது. சட்டிகளைக் கீழே வைத்தால் நாய்கள் உருட்டிச் சிந்திவிடும் என்பதால் மேலே தொங்கவிடுவார்கள். இந்தச் சட்டிகளைத் தேடி தினமும்

அங்கு வரும் எறும்புகள் உள்ளே நுழைய முயன்று தோற்று, அதன் மேல் ஏறி இறங்கிக் கொண்டிருக்கும்.

லாடம் அடிக்கும் சுப்பையா, காலையிலேயே வேலையை ஆரம்பித்திருப்பார். அவருக்குத் துணையாக, அவரது தங்கை மகன், பொறுக்கா, இருக்கிறான். இவர்கள் வந்ததும் கொஞ்ச நேரம் கதைகளைப் பேசுவார். அது, பெரும்பாலும் பலான கதைகளாகவே இருக்கும். பொறுக்கா, கண்டுகொள்ள மாட்டான்.

"தெனமும் காலைல ஒனக்கு இதே வேலையா போச்சு. இந்த கதையள கேட்டு, காடு கரையில எவளும் நின்னா, சிக்கல்ல மாட்ட சொல்லுத, எங்களை?" என்பார்கள்.

"ஆமா, நீங்க கிழிச்சுட்டாலும்... ஏய் பனஞ்சாடி, உங்கப்பம்லாம் மாடு மேய்க்கப் போவும்போது, மேக்க ஒரு பொம்பளைய கண்ணுல காண விடமாட்டாம்..."

"ஆமா, இவரு கண்டாரு, போரும்யா".

"இவருட்ட பேசிட்டிருந்தா உருப்படுமால. மொதல்ல கெளம்பும்" என்று சொல்லிக்கொண்டே, அந்தக் கதைகளை விரும்பி இன்னும் பேசிக்கொண்டிருப்பார்கள். அவருக்கு வேலை இருந்தால் மூச்சுக் காட்ட மாட்டார். இல்லையென்றால் அவருக்கும் நேரம் போக வேண்டாமா?

இப்படி அவர் பேசுவது எப்போதாவதுதான். ஏனென்றால் காலையிலேயே யாராவது வந்து மாடுகளோடு காத்திருப்பார்கள். ஆட்கள் இல்லையென்றால் பனஞ்சாடியும் தீயும் மாடுகளைப் பிடித்துப் படுக்கப் போட வேண்டும். வழக்கமாக வந்து போன மாடுகளுக்குப் பிரச்னையில்லை. சொல் பேச்சுக் கேட்காத சில மாடுகளின் கால்களைக் கட்டிச் சாய்ப்பதற்குள் போதும் போதுமென்றாகி விடும். ஒரு முறை ஒட்டங்காளை ஒன்று, தனது ஊசிக் கொம்பைச் சிலுப்பியதில் சுப்பையாவின் இடது கன்னம் கிழிந்துவிட்டது. அந்தத் தடம் அவருக்கு இன்னும் அதை ஞாபகப்படுத்திக்கொண்டு இருக்கிறது. அதனால் மாடுகளைக் கொஞ்சம் எச்சரிக்கையாகவே கையாள்கிறார்.

லாடம் அடிக்கும் நேரம் போக, மற்ற நேரங்களில் மாட்டு வண்டிகளின் பைதாவுக்கு இரும்புச் செய்வார்.

சிறிது நேரம் எடக்கும் எக்காளமுமாகப் பேசிவிட்டு ஆடு,

மாடுகளைப் பத்துவார்கள். பனஞ்சாடி, சத்தம் கொடுத்தால் போதும், அவர் ஆடுகள் தனியாகத் தேடி வரும். அந்தக் குரலுக்குப் பழக்கப்பட்டிருந்தன. அதே போலதான் மற்ற வர்களுக்கும். கையில் கம்புடன், ‘க்கியே எந்திங்க போவும்...’ என்று சத்தம் கொடுத்தால், அவர்களின் சொல்லுக்குக் கட்டுப்பட்டது போல அவை நடக்கின்றன.

ஆடுகள் கிளம்பியதும் பனஞ்சாடியின் ஆச்சியும் தீயின் ஆச்சியும் சாணிகளையும் ஆட்டுப்புழுக்கைகளையும் ஒதுக்குவார்கள். மந்தைக்குக் கொஞ்சம் கிழக்கே இருக்கும் பெரிய எருக்கிடங்கில் அதை அள்ளிக் கொட்டுவார்கள். எருக்கெடங்கின் ஓரத்தில் சிறிய பூவரசு செடி. குவிந்து கிடக்கும் சாணங்களின் மீதும் சில செடிகள் முளைத்து நிற்கின்றன. அங்குச் சாணிகளைக் கொட்டுவார்கள். மழைகாலத்தில் தண்ணீர், எருக்கெடங்கிற்குள் தேங்கி, சகிக்க முடியாத நாற்றத்தை வீசிக்கொண்டிருக்கும். அதோடு தவளைகளும் அதைத் தேடி சாரை மற்றும் தண்ணீர் பாம்புகளும் எருக்கெடங்குக்குள் அங்கும் இங்கும் அலையும் வாடிக்கையாக. சரியாக, மழை காலத்தில் மட்டும் இவை எங்கிருந்துதான் வருகிறதோ என ஆச்சரியப்படுவாள் தீயின் ஆச்சி.

அறுவடை முடிந்த பின், உழுவதற்கு முன்னால், இங்கிருந்து உரத்தைப் பிரித்து நல் மேய்ப்பர்கள், தங்கள் வயல்களுக்கு வண்டியில் எடுத்துச் செல்வார்கள். ஆளுக்கு மூன்று, நான்கு வண்டிகள் உரம் கிடைக்கும்.

8

“இந்தாங்க இதை மறந்துட்டியோ?” என்று மச்சியில் இருந்த பனஞ்சாடியிடம் கோழி இறகைக் கொண்டு வந்து கொடுத்தாள், அவள் மனைவி.

“நல்லாருப்பே கொண்டாந்தே... நானும் என்னத்தையோ காங்கலையேன்னு யோசிச்சுட்டே இருக்கேன்”

“ஒரேடியா குடைஞ்சுட்டே இருக்காதியோ. காதுக்குள்ள போயி உக்காந்துரப் போது”

“அதெப்படி உக்காரும், கூவெ?”

“என்னமும் பண்ணித் தொலையும், நீரு எதை, யாரு சொல்லிக் கேட்டிருக்கேரு” என்று சொல்லிவிட்டு அவள் இறங்கியதும் பேத்தியும் பேரனும் மேலே வந்தார்கள். பேத்தியை இந்த வருடம் பள்ளியில் சேர்க்க வேண்டும். உள்ளூர் பள்ளிக்கூடத்தில் சேர்க்க வேண்டாம் என்கிறாள் மருமகள். டவுணில் சேர்க்க வேண்டுமாம். பள்ளியில் இருந்து வேன் வந்து அழைத்துச் சென்று வந்து விடுகிறதாம். செலவுதான் அதிகம் என்று சொல்லிக் கொண்டிருந்தாள். பணத்துக்கு என்ன செய்வானோ?

பேரப்பிள்ளைக்கு நான்கு வயதுதான் ஆகிறது. அவன் அம்மணமாக வந்து தாத்தாவின் மடியில் உட்கார்ந்தான். அவர், அவன் கன்னத்தில் முத்தமிட்டார். அவன் கன்னத்தைத் துடைத்து விட்டு, ‘தாத்தா வாயி நாறு...’

என்றான். பீடி நாத்தம். அவருக்கு ஒரு மாதிரியாக இருந்தது. 'இந்தப்பய விவரமா வருவான்' என்று நினைத்துக் கொண்டார்.

மாமனார், அடிக்கடி பீடி குடிக்கிறார் எனபதற்காகவே அவர் அருகில் குழந்தைகளை விடமாட்டாள் மருமகள். அப்படியே குழந்தைகள் போனாலும் சிறிது நேரத்திலேயே அழைத்துவிடுவாள்.

குழந்தைகளுக்காகவாவது இந்த பீடியை விட வேண்டும் என்று நினைப்பார் பனஞ்சாடி. ஆனால் அவர் பேச்சை அவரே மீறி விடுவார். "ஏப் பிள்ளைலா கீழ வாங்க. தாத்தாவுக்கு எடஞ்சலு பண்ணக்கூடாது" என்று செல்ல அதட்டல் வந்தது. பேரனும் பேத்தியும், "தாத்தா டாட்டா" என்று சொல்லிவிட்டு கீழே இறங்கினார்கள்.

"மெதுவா போங்கல" என்றார் பனஞ்சாடி. அவருக்கு அவர் மேலேயே கோபம் வந்தது. "இந்தச் சனியனை விட முடியலையே" என்று பீடி மீது வேசடையாக வந்தது.

பிறகு சேரில் சாய்ந்துகொண்டு கோழி இறகைக் காதுக்குள் விட்டு மெதுவாக அங்கும் இங்கும் திருகினார். அவருக்கு உலகின் மொத்த சுகமே இதுதான் என்பது போல இருந்தது. அவரால் காதில் இருந்து கையை எடுக்க முடியவில்லை. மிகவும் லயித்துக் காதைக் குடைந்து கொண்டிருந்தார். இந்தக் காது முடிந்ததும் அந்தக் காது.

கீழே குத்தாவின் சத்தம். பிள்ளைகளிடம் விளையாடிக் கொண்டிக்கும் அவனுக்குச் சோறு வைத்துக்கொடுக்கிறாள், மருமகள். அவனை நினைத்தால், வருத்தமாகத்தான் இருக்கிறது. கடந்த சில வருடங்களாக அவனுக்குப் பெண் பார்த்து அலுத்துவிட்டார். "மாப்ள, மாடா மேய்க்காரு? சொல்லி விடுதோம்'' என்று அனுப்பி விடுகிறார்கள். பெண்கள் படித்திருக்கிறார்கள். படிக்காத பெண்ணைத் தேடுவதற்குப் பெரும்பாடாக இருக்கிறது.

அப்போதெல்லாம் சொந்தத்துக்குள்ளேயே பெண் எடுத்துவிடலாம். முறைப் பெண் இருந்தார்கள்.

இந்தக் காலத்தில் மாடு மேய்ப்பவனுக்கு எளிதில் பெண் கிடைத்து விடுமா என்ன? ஏகப்பட்ட இடங்களில் சொல்லிப் பார்த்தும், தேடிப் பார்த்தும் கிடைக்கவில்லை. கஷ்டப்பட்டவள் என்று கால் சரியாக நடக்க முடியாத

பெண்ணையும் யாரோ துப்பு சொல்லியிருக்கிறார்கள். ஜாதகப் பொருத்தம் எல்லாம் இருந்தும் அவள், ”நான் இப்படியே வேணாலும் இருக்கேன். மாடு மேய்க்குத மாப்ள வேண்டாம்” என்று மறுத்துவிட்டாள். இதை அவனிடம் பனஞ்சாடி சொல்லவில்லை. சொன்னால் துடித்துப் போவான். இருந்தாலும் அதைப் புரிந்து கொள்ளா தவனுமில்லை அவன்.

இப்போது, இரண்டாம்தாரப் பெண்ணாக இருந்தாலும் பாருங்கள், என்று சொல்லியிருக்கிறார் சொந்தங்களிடம். தேடிக்கொண்டிருக்கிறார்கள்.

சமீபகாலமாக, குத்தாவின் போக்கு என்று வரும் தகவல்களை, அவனிடம் அவர் கேட்டுக்கொள்ளவில்லை. விவகாரம் பெரிதாகி விடுவதற்குள் ஒரு பெண்ணை அவனுக்குக் கட்டி வைத்துவிட வேண்டும் என்கிற பொறுப்பும் அவரோடு இருக்கிறது. வீட்டுக்கு வெளியே சைக்கிளைச் சாத்தும் சத்தம் கேட்டது. மகன் வந்து விட்டான் என்று நினைத்துக்கொண்டார் பனஞ்சாடி.

“ஐ... அப்பா” என்று பிள்ளைகள் வெளியே ஓடி அவனின் இடுப்பைப் பிடித்துக் கொண்ட சத்தம் கேட்டது. அவன், அவர்களுக்கு மிக்சரோ, அல்வாவோ வாங்கி வந்திருப்பான். காதில் இருந்து கோழி இறகை அவர் எடுக்கவில்லை. குடைய குடைய சுகமாகஇருந்தது. அப்படியேசெய்துகொண்டிருந்தார், கண்கள் சொக்க.

9

ராமசாமியுடன் தாசில்தார் ஆபீசுக்கு சென்றிருந்தார் பனஞ்சாடி. இது ஏழாவது முறையோ, எட்டாவது முறையோ. விதவிதமான பைக்குகளிலும் கார்களிலும் வந்திறங்கி, பரபரவென்று அலையும் ஆட்களைப் பார்த்தபோது, தனக்குச் சம்பந்தமில்லாத ஓர் இடத்தில் வந்து நிற்கிறோம் என்று தோன்றியது அவருக்கு. அலுவலகத்துக்கு வெளியே, ஸ்டைலாக புகைப் பிடித்துக் கொண்டு, மொபைல் போனில் பேசிக்கொண்டு, யூடியூப்பில் வீடியோ பார்த்துக் கொண்டு, ஆண்களும் பெண்களும் சிரித்துப் பேசிக்கொண்டு நிற்பதைப் பார்க்க, வித்தியாசமாக இருந்தது. இந்த உலகுக்குத் தான் சம்பந்தமில்லாதவன் என நினைத்த அடுத்த நொடியே, அவர் தன் மீதே தன்னிரக்கம் கொண்டார். தனது வெள்ளை சட்டையையும் வேட்டியையும் ஒரு முறை பார்த்துக் கொண்டார்.

தாசில்தார் அலுவலகத்துக்கு எதிரே இருந்த கவுரி சங்கர் ஓட்டல் சுவரில் ஒட்டப்பட்டிருந்த 'பாகுபலி' திரைப்பட போஸ்டரை நின்று ரசித்துக் கொண்டிருந்தார்கள் சிலர். பனஞ்சாடியும் அதைப் பார்த்தார்.

"இந்த சினிமாவ பத்திதான் ஊரே பேசிட்டு இருக்கு. போவும்போது பாத்துட்டு போமா?" என்றார் ராமசாமி.

"ஆமா சினிமா பாக்காப்லதான இருக்கம். நா கெடக்க கெடப்புக்கு அது ரொம்ப அவசியம்லா?" என்றார்

பனஞ்சாடி வெறுப்பாக.

"இது இப்பம் உள்ள படம் மாரி இல்ல... எம்.ஜி.ஆர் படம் மாரில்லா... போரு, சண்டைன்னு அரசரு கதையாம். படம் வந்து ரெண்டு மூணு வருஷமிருக்கும். இப்பம் திரும்பவும் போட்டிருக்காம்" என்று விளக்கினார் ராமசாமி.

"அந்த எண்ணம்லாம் கெண்டகாலு முடி அளவுக்கு கூட இல்ல... அதுக்கு கொடுக்க துட்டை, வயிறு முட்ட தின்னுட்டாது போலாம்..."

ஆபீசில், தாசில்தாரின் உதவியாளரிடம் பலர் வணக்கம் வைத்துவிட்டு சென்று கொண்டிருந்தார்கள். அவர், உதவியாளர் என்பது போல இல்லாமல், அவரே தாசில்தார் போல்தான் மற்றவர்களிடம் நடந்து கொண்டிருந்தார். பனஞ்சாடியையும் ராமசாமியையும் உதவியாளர் பல முறை இதே இடத்தில் சந்தித்திருந்தாலும், ஒவ்வொரு முறையும், "என்ன வெஷயமா வந்திருக்கியோ?'' என்று புதிய ஆட்களைப் பார்ப்பது போலதான் கேட்கிறார்.

இப்போதும் ராமசாமி, அவரைப் பார்த்து சிரித்ததும் "காத்திருங்கெ" என்பது போல கையை மேலே தூக்கி சைகை காண்பித்தாரே தவிர, ஒரு வார்த்தைப் பேசவில்லை. அந்த அலுவலகத்தின் மற்ற அலுவலர்களைத் தேடித் தேடி அவர் போய் பேசிக் கொண்டிருந்தார்.

பொசமுட்டிக்கொண்டு வந்தது பனஞ்சாடிக்கு. தானே நேரடியாகப் போய், "பட்டா என்னாச்சு, எதாவது பதிலு சொல்லுதியா, இல்லையா?" என்று சட்டையைப் பிடித்துக் கேட்கலாம் போல தோன்றியது. ஆனால், ஏதோ தடுத்துக் கொண்டிருந்தது. பொறுத்துப் பொறுத்துப் பார்த்தும் முடியவில்லை. அலுவலகத்தில் இப்போது கூட்டம் அதிகமானது. தாசில்தார் அறைக்கு வெளியிலும் அதிகக் கூட்டம். தன் கையில் இருந்த மஞ்சள் பையை ராமசாமியிடம் கொடுத்துவிட்டு, வேகமாகவும் கோபமாகவும் போனார் பனஞ்சாடி.

தாசில்தாரின் உதவியாளரை நேருக்கு நேராக மறித்து நின்றார். "தம்பி, இந்த பட்டா விஷயமா எத்தன வருஷமா அலையுதேம். ஒரு தகவலும் சொல்ல மாட்டிக்கியோ, என்னன்னு சொன்னா நல்லாருக்கும்... என்னைக்கு வந்து பாக்கணும்னு சொன்னாலும் அன்னைக்கு வந்துகிடு

தோம்... இப்டி போட்டு அலைய உடுதேளே... இன்னும் எத்தனை வருஷம் இப்படி நடையா நடக்கணும்?" என்று கொஞ்சம் சத்தமாகவே கேட்டார்.

அவர் அவயம் கேட்டு சிலர் திரும்பிப் பார்த்தார்கள். ராமசாமி, பனஞ்சாடியின் கையை இழுத்து, "என்ன வேலை பாக்கேரு?'' என்றார். அவரைத் திரும்பிப் பார்த்த பனஞ்சாடி, "தப்பாவாடே பேசிட்டேன்?" என்று கேட்டார்.

தாசில்தாரின் உதவியாளருக்கு இப்போது என்ன சொல்லவென்று தெரியவில்லை. "சாரு இன்னும் வரலை... பட்டா வெவாரம்னா, அந்தா ஓரமா, நெத்தில குங்குமம் வச்சுகிட்டு உக்காந்திருக்காருல்லா... அவரைப் போயி பாரும்" என்று வடக்கு ஓரத்தில் அமர்ந்திருந்த ஒருவரை நோக்கி கை நீடினார்.

பிறகு, "சண்முகம் சார்..." என்று அழைத்து அவரிடம் இவரை அனுப்புவதாகக் கையைக் காண்பித்தார்.

பனஞ்சாடியும் ராமசாமியும் அந்தச் சண்முகம் சாரை பார்க்கப் போனார்கள். அவர், தன் வாட்ஸ் ஆப்பில் வந்திருந்த மீம்ஸை பார்த்து பல்லைக் காட்டி சிரித்துவிட்டு, அருகில் இருந்த பெண் அதிகாரியிடம் காண்பித்தார். அவரும் சிரிக்க, இருவரும் சிறிது நேரம் சிரித்துப் பேசிக்கொண்டிருந்தார்கள்.

பிறகு இவர்கள் ஞாபகம் வர, "நீங்க இதுக்கு முன்னாலயும் வந்தீங்கள்லா... பாத்த மாரி இருக்கு" என்றார். இவர்கள் 'ஆமா' என்று தலையாட்டினார்கள். பின், "நாங்க பட்டா வெவாரத்துக்கு இன்னும் வரலை. நீங்க கொடுத்த மனுலாம் அப்படியே இருக்கு. இங்க பாத்தியளா, எவ்வளவு கெட்டு இருக்குன்னு? இது அவ்வளவும் பட்டாக்கான மனுதாம். ஒவ்வொன்னா பாத்துட்டு வாரோம். முடிஞ்சதும் கிடைச்சி ரும்... வீணா ஏம் போட்டு அலையுதியோ?" என்றார்.

"எப்பம் வரணும்னு சொன்னா, அப்பம் வருவோம்லா..."

"நீங்க கேக்கது சரிதாம். ஆனா, அத எங்களால சரியா சொல்ல முடியாதுல்லா. எங்களுக்கு இங்க மட்டும் வேல இல்ல. அங்க இங்கன்னு தாசில்தாரு வெளியூரு போனா, அவரு கூடயும் அலைய வேண்டி இருக்கு, கேட்டேளா? ஒரு அஞ்சாறு மாசம் கழிச்சு வந்துனா பாருங்க" என்றார் அவர்.

தனது மண்டைக்கு ஏறிய கோபத்தைக் கட்டுப்படுத்திக்கொண்டார் பனஞ்சாடி, பிறகு ராமசாமி, “சரி சார்” என்று கும்பிட்டுவிட்டு பனஞ்சாடியைப் பிடித்துக் கொண்டு வெளியே வந்தார். அவருக்கு ஏமாற்றமாக இருந்தது. இன்னும் எத்தனை மாதம்தான் இப்படி அலைய வேண்டுமோ என்ற கவலையில் அவர் முகம் மாறியது.

இவர்கள் சண்முகம் சாரிடம் பேசிக்கொண்டிருந்தபோது, அவர் அருகில் நின்ற, முன் பல் நீண்ட ஒருவர், “அண்ணாச்சோ... நில்லுங்கெ?” என்றார்.

“பட்டாவுக்கு அலையுதேளோ...”

“ஆமா”

“அதிகாரி நமக்கு தெரிஞ்ச ஆளுதாம்.... இங்க துட்டு இல்லாம ஒண்ணும் நடக்காது... நா சொன்ன மாதிரி கேட்டியோன்னா ஒடனே கெடச்சிரும்.. நானே பல பேருக்கு வாங்கிக் கொடுத்திருக்கேன்” என்று ஒரு சிகரட்டை பற்ற வைத்துக் கொண்டார்.

“துட்டு கொடுத்துலாம் வாங்குத நெலமைல இல்ல. கொடுக்கதுக்கு எங்கிட்ட துட்டும் இல்ல...” துண்டை உதறி தோளில் போட்டுவிட்டு, அந்த முன் பல் நீண்டவரை, முறைத்தார் பனஞ்சாடி.

“அப்பம் உங்க சவுரியம். நா இங்க உள்ள நெலமைய சொன்னேன்”

10

இந்த இடத்தில் மந்தை எப்படி வந்தது என்பதற்கான பழங்கதை ஒன்றைச் சொல்வார், பாபநாசத் தாத்தா. அவர் எப்போதோ போய் சேர்ந்துவிட்டார் என்றாலும் அவரை, வயதானவராப் பார்த்துதான் பழக்கம். அவரை விட்டால், அந்தக் கதையை விவரமாகச் சொல்பவராக இருந்தார் பனஞ்சாடி.

மந்தைக்குக் கீழ்ப்பக்கம், ஐயமார் தெருவுக்குச் செல்லும் வழியில் பாழடைந்த பங்களா போல, அந்த வீடு நிற்கிறது. பாதி சிதிலமடைந்து கிடக்கும் அந்த மச்சி வீட்டின் பின்பகுதியில், சுவர்களில் ஏற்பட்டிருக்கிற வெடிப்புகளில் செடிகள் முளைத்திருக்கின்றன. வீட்டின் முன் பகுதியில், பீடி கடை செயல்படுகிறது. பக்கத்து ஊர் லத்தீப் பாய் அதை நடத்துகிறார். அந்த வீடு உருவான கதை, பாய்க்குத் தெரியாது.

யார் பார்த்தாலும், "இதை, யாம் இப்படி போட்டுருக் காவோ?" என்று நினைக்கத் தோன்றும். வாயிலில் பெரிய வளைவு. அதன் மேலே இடம், வலம் என இரண்டு யானைகள், தும்பிக்கைகளைத் தூக்கி சத்தமிடுவது போல சிமென்ட்டில் நின்று கொண்டிருந்தது. அதில் ஒரு யானையின் பின்பக்கம் உடைந்திருக்கிறது.

உள்ளே நுழைந்தால், இடது பக்கம் மஞ்சள் பூக்களைச் சூடியிருக்கும் பெரிய பூவரச மரம். கொஞ்சம் தள்ளி புளியமரம். அதன் மேலுடம்பு காய்ந்து உளுத்துப் போன

தாகத் தோற்றமளித்தாலும், கிளைகளில் புளியம்பூக்களை அழகாகப் பூத்து வைத்திருக்கிறது. மேற்கே, வேப்ப மரம். கீழே விழுந்து கிடக்கிற வேப்பம் பழங்களையும் பறவைகள் தின்றுபோட்டிருக்கிற வேப்பம் பழக் கொட்டைகளையும் எறும்புகள் மொய்த்துக் கொண்டிருக்கின்றன.

அங்கு சின்ன போர்டிகோ. வெளிக்கதவுக்கு மட்டுமே அதிகம் செலவழித்திருப்பார்கள் போலிருக்கிறது. ஏகப்பட்ட வேலைப்பாடுகளுடன் கூடிய பெரிய கதவு. இப்போது ஆங்காங்கே சிதைந்து, சிராய்ந்து பழமையை மெழுகிக் கொண்டிருக்கிறது. ஒரு கதவு மட்டுமே எப்போதும் திறந்திருக்கும். அதுவும் முழுவதுமாகத் திறந்திருக்காது. ஆனால் உள்ளே தாராளமாகச் சென்று வருவதற்குப் போதுமானதாக இருக்கிறது.

அந்த வீட்டின் உள்ளே, முதலில் இருக்கிற இரண்டு சிறு அறைகளை மட்டும் பீடி கடைக்காரர் பயன்படுத்திக் கொள்கிறார். எல்லைதாண்டி அவர் போக முடியாதபடி மற்ற அறைகள் பூட்டப்பட்டிருக்கின்றன. வாரத்துக்கு இரண்டு நாள் மட்டுமே பீடி கடைகார பாய் இங்கு வருகிறார். வரும்போது, அவர் புழங்கும் பகுதியை நன்றாகத் தூத்து துப்புரவாக வைத்திருக்கிறார். அவர் பயன்படுத்தாதப் பகுதியில் தூசி படிந்து இருக்கிறது. பொருட்கள் அடைஞ்சு கிடப்பதால் ஒரு வித நாற்றம் அங்கு வீசுகிறது. மாங்கொட்டை களைக் காய வைக்கும் போது ஏற்படுகிற வாசனையாக இருக்கிறது. அது பழமை வாசமாகவும் இருக்கலாம். அந்த வாசனை அதிகம் வீசாமல் இருக்க, பத்திப் பொருத்தி வைத்து விடுகிறார் நான்கு பக்கங்களில்.

இந்தப் பங்களா வீட்டின் வாரிசுகள் வெளிமாநிலத்தில் எங்கோ இருக்கிறார்கள். வருடத்துக்கு ஒரு முறையோ, இரண்டு வருடத்துக்கு ஒரு முறையோ கோயில் கொடை அல்லது ஏதாவது விசேஷம் என்றால் வருகிறார்கள்.

சும்மா வந்து குடியிருக்கக் கூட யாரும் வராத வீடு இது. பீடி கடை வைக்க இடம் தேடிக்கொண்டிருந்த லத்தீப் பாய், இந்த வீட்டை பேசினார். முதலில், ‘ஐயையோ அதுல போயா மாமா கடை போடப் போறியோ? வேண்டாம்’ என்று தடுத்தார்கள். அந்த வீட்டுக்குப் பின்னால் பெரிய கதை என்று பயமுறுத்தினார்கள். மாமா அசரவில்லை. ‘எங்கடைக்கு இதுதாம் ஆளுவோ, வரப் போவ, தோதா

இருக்கும்' என்று சொல்லி வாடகைக்கு வாங்கினார். கடந்த சில வருடங்களாக அவர் கண்காணிப்பில்தான் இருக்கிறது, மந்தைக்கு வலது பக்கம் இருக்கும் அந்த வீடு.

"அதுக்குப் பின்னால இருக்க கதை தெரியுமாவே பாயி?" என்று பாபநாசத் தாத்தா, டீ கடையில் வைத்து சொன்ன போது, "எனக்கு ஒரு கதையவும் சொல்லாதியோ. கேட்டு நா என்ன செய்யப் போறேன்? தேவையில்லாம பயங் காட்டுவியோ?" என்று ஒதுங்கிப்போனார். இவ்வளவு நாள் ஒரு வீடு சும்மா கிடந்தால் கண்டிப்பாக ஏதாவது ஒரு கதை இருக்குமென்று அவருக்கும் தெரியும். அப்படியொரு கதையைக் கேட்டு, வருத்தப்பட்டோ, ஆச்சரியப்பட்டோ என்ன நடந்துவிடப் போகிறது? அதன் மூலம் யாருக்கு என்ன கிடைத்து விடப் போகிறது? என்று நினைத்தார் பாய்.

தாத்தா, விடவில்லை. "யே, பொண்டாட்டியோளி, நாலு வெஷயத்தைத் தெரிஞ்சுக்கிடணும்லா. சும்மா போயி ஒரு இடத்துல குத்த வைக்கலாமாவே? தோசை கல்லு சும்மா காயுதேன்னு குண்டிய தூக்கி வச்சிருவேரா? எதுக்காவ, இவ்வளவு வருஷமா அந்த வீடு சும்மா கெடக்குன்னு தெரிஞ்சுக்கிடும். நா பயங்காட்ட சொல்லலவே?" என்று பிடிவாதமாக மாமாவிடம் அந்தக் கதையைச் சொல்லத் தொடங்கினார். இதற்காக மாமாவுக்குச் செலவானது மூன்று டீ, நான்கு வடைகள், ஒரு கட்டு பீடி.

கதையைச் சொல்லத் தொடங்கினார்.

"கருத்தமாடன் கருத்தமாடன்னு ஒருத்தன். அவனுக்கு அண்ணன் தம்பியோ, நாலு பேரு. கூடப் பொறந்தவா ஒருத்தி. அப்பங்காரன் போயி சேர்ந்துட்டாரு. காதுல பாம்படம் தொங்க, பெத்த தாயி இருக்கா. சொத்து பத்து இருந்தாலும் ஆட்டுக்கெடைக்குப் போறதுதான் தம்பிய ளுக்குத் தொழிலு. ஊர் ஊரா அவனுவோ, கெடைக்குப் போனா, வீட்டுல இருந்து வயக்காடுவள பார்த்துக் கிடுவாரு கருத்தமாடன். அப்பம், தங்கச்சிய கெட்டிக் கொடுக்கணு மேன்னு மாப்பிள்ளை பாத்திருக்காவோ. சொந்தக்கார துப்புல வெளியூர்ல இருந்து ஒரு மாப்பிள்ளை வீடு வந்தி ருக்கு. கருத்தமாடனும் அவன் அம்மாவும் அந்த ஊரு பக்கத் துல ஒரு கோயிலு விஷேசமா, வில்லுவண்டி போட்டுப் போயிருக்காவோ. அப்பம், பக்கத்துலதான மாப்பிள்ளை

வீடு இருக்கு, பாத்துட்டு போவுமேன்னு எட்டிப் பார்த்திருக்காவோ. வீடு பங்களா மாதிரி இருந்திருக்கு. ஆத்தாக்காரிக்குச் சந்தேகம். "ஏல கருத்த மாடா, இந்த வீடுதானான்னு விசாரிச்சுக்கல"ன்னு கேட்டிருக்கா. "விசாரிச்சுட்டேன், இதுதாம்"னு அவன் சொன்னதும் வீட்டுக்குள்ள போயிட்டாவோ.

வந்தவோள விசாரிச்சு, தடபுடலா கவனிச்சிருக்காவோ, வீட்டாளுவோ. 'என்ன சொத்து பத்து இருந்தாலும் இப்படி பணிவா இருக்காவோள, இங்க நம்ம தங்கச்சி வந்தா நல்லா வாழ்வான்னு கருத்தமாடனுக்கு சந்தோஷம். ஆத்தா காரிக்கும் இருக்காதா? அவளுக்கும் சந்தோஷம்தான். வீட்டுக்குப் பின்னால பெரிய தொழுவு. நிறைய வேலையாட்களா இருக்காவோ. முன் பக்கத்துல ரெண்டு வில்லுவண்டி நிய்க்கி.

வந்தவோளுக்கு மோர் கொண்டு வந்து கொடுத்திருக் காவோ. 'சம்பந்தம் பேச வந்த வீட்டுல, பச்ச தண்ணிகூட வாயில வைக்கமாட்டோம்னு பிடிவாதமா இருந்துட்டாவோ ஆத்தாவும் கருத்த மாடனும். அதுவரை பொறுமையா இருந்த அந்த வீட்டு பெரியவரும் அவரு பொண்டாட்டியும், வாய வச்சுட்டு சும்மா இல்லாம, 'எங்க வீட்டு பையனுக்கு தெசை சரியில்ல. கொஞ்சம் கஷ்ட பட்ட பிள்ளையா பாத்து கெட்டுங்கன்னு ஜோஸ்யக்காரம் சொன்னாம். அதாம், தெரிஞ்ச துப்புல ஒங்க வீட்டுப் பொண்ணை பேசுனோம். ஒங்களுக்கு வெஷயம் தெரியணும்லா... அதாம் சொல்லு தோம்'னு சொல்லியிருக்காவோ.

கருத்தமாடனுக்கு மண்டை சூடேறிட்டு. அடக்கிக் கிட்டான். ஆத்தாக் காரிய பாத்தாம். 'எந்திரி'ன்னு அவளைக் கூட்டிட்டு ஒத்த வார்த்தை பேசாம, வெளிய வந்துட்டாம்.

அந்த வீட்டு பெரியவரு, "என்ன இப்படி திடீர்னு எந்திருச்சு போறியோ?"ன்னு கேட்டிருக்காரு. "என்னத்த வச்சு எங்களை கஷ்டப்பட்டவம்னு நினைச்சேரு"ன்னு கேட்டாம் கருத்தமாடம். அவருக்கு என்ன சொல்லன்னு தெரியல. வந்த துப்புல, அப்படித்தாம் சொன்னாவோன்னு சொல்லியிருக்காரு.

"இவ்வளவு பெரிய வீட்டை கெட்டிட்டா, நீரு சொத்து சொகம் உள்ளவரு, சின்ன வீட்டுல இருந்தா, நாங்க கஷ்டப் பட்டு இருக்கோம்னு நினைப்பேரோ?"ன்னு கோபமா

பேசிட்டு வந்துட்டாம். அவனுக்குக் கோபம் பொங்கி பொங்கி வருது. அடக்கிக்கிட்டாம்.

வண்டியில மாட்டைப்பூட்டிட்டு வீட்டுக்குத் திரும் பிட்டாம். அவனுக்கு அந்தப் பெரியவரு சொன்னதுல ரொம்ப வருத்தமா இருந்தது. "கஞ்சிக்கே வழியில்லன்னாலும் அவன் வீட்டை விட பெரிய வீடா உடனே கட்டணும்"னு முடிவு பண்ணுனாம். ஊருக்கு வந்ததும் அவனுக்கு இருக்க முடியல. அவன் வீட்டுத் தொழுவுக்குப் பின்னால தோப்பு மாதிரி, மரங்களா நின்ன இடத்தை பாத்தாம். கொத்தனாரைக் கூப்டான். விஷயத்தைச் சொன்னாம். பத்து பதினைஞ்சு நாள்ல வேலைய ஆரம்பிச்சுட்டாம். என்னைக்கு வீடு நினைச்ச மாதிரி உருவாவுதோ, அதுக்குப் பெறவுதான் ஊரை விட்டு வெளியூருன்னு போவேன்னு முடிவெடுத்தாம். நெனச்ச மாதிரியே வைராக்கியமா இருந்துட்டாம்.

இதுக்கிடையில ரெண்டு மட்டம் கெடைக்கு போனதுல, பத்து ஆடுவோ காணாம போயிருக்கு. அப்படி காணாம போனா, அதைத் தேடி, கருத்தமாடன் தான் போவாம். ஆனா, இந்தமட்டம் வாக்கு மீறக் கூடாதுன்னு வரமாட் டேன்னு சொல்லிட்டாம். பெறவு ஆடுவோ, தன்னால கெடைச்சுட்டு. வீடு, முழுசா உருவானதும் அவனுக்குச் சந்தோஷம் தாங்க முடியலை.

ஒரு நாளு வில்லுவண்டிய கெட்டுனாம். நேரா பொண்ணு கேட்டவன் ஊருக்குப் போயிட்டாம். யாரு இவனை கஷ்டப்பட்டவம்னு சொன்னானோ, அவன் வீட்டுல போயி நின்னாம். அவங்களும் இவம் ஏன் இங்க வந்தாம்னு தெரியலயேன்னு முழிக்காவோ. பிறகு, "நான் புதுசா, வீடு கட்டியிருக்கேன். இத்தனாம் தேதி பால் காய்ச்சுதேன். குடும்பத்தோட வரணும்"னு சொல்லுதாம். அவ்வோளும், 'பரவாயில்ல, அப்பம் சொன்னதை மனசுல வச்சுகிட்டு கோவமா இருப்பியோன்னு நினைச்சேன். வீடு தேடி கூப்பிட்டுட்டேளே'ன்னு சொல்லிட்டு, கண்டிப்பா வாரோம்னு சொல்லுதாவோ.

பால் காய்ச்சி, பிரமாதமா நடந்துச்சு. அந்த ஊர்க்காரரும் வந்தாரு. வீட்டை பாத்துட்டு, "என் வீட்டு அச்சு போல கெட்டிருக்கேரே, நல்லாருக்கு"ன்னு பால் குடிச்சுட்டு, கிளம்புதாரு. உடனே அவரை கூப்பிட்டாம் கருத்தமாடம். 'இப்பம் பேசுவோம், என் தங்கச்சிய உம்ம மவனுக்கு

தாரம்'னு சொல்லுதாம். அந்தப் பெரியவரு சிரிச்சாரு. "உங்களப் போல ரோஷக்காரரரை பாத்தது இல்ல. ஒத்த வார்த்தைய சொல்லிட்டேன்னதும் இப்படி வீம்புக்கு என் வீட்டை மாதிரி கட்டிட்டு நிக்கேரு. உம்ம தங்கச்சி எம் வீட்டுக்கு மருமவளா வந்து அங்க ஒண்ணு கெடக்க ஒண்ணுன்னா, உங்க வீம்பு அங்கயும் வந்து நிய்க்கும். அது குடும்பத்துக்கு நல்லாருக்காது. ஒங்க பாசத்துக்கு நன்றி. நாம இப்படியே சொந்த பந்தமா பழவிட்டு இருப்போம்"ன்னு பணிவா சொல்லிட்டு போயிருதாரு பெரியவரு.

நாம அவரை ரொம்பதாம் நோவடிச்சுட்டோமோன்னு நினைச்சாம் கருத்தமாடன். அடுத்த கொஞ்ச நாள்ல வேறொரு இடத்துல அவளுக்கு மாப்பிள்ளை கெடச்சு, கெட்டிக்கொடுத்துட்டாவோ.

இதுக்குப் பெறவு வழக்கம்போல வயக்காட்டு வேலையள இவரு பாக்க, தம்பிமாருவோ கெடைக்குப் போயிட்டு இருக்காவோ. இப்பம் மாப்பிள்ளை பாக்க போனாவல்லா, அந்த ஊரு காட்டுப் பாக்கத்துல கெடை போட்டிருக்காவோ தம்பிமாருவோ. அங்க ஒரு வேப்பமரத்துக்குக் கீழ இசக்கியம்மன் இருந்திருக்கு. அந்த மரத்து அடியில மஞ்சள அடிச்சு, ஒரு பட்டுத்துணியை கட்டிருக்காவோ. அங்க சாமி கும்பிட்டுட்டு தெனமும் ஒரு உள்ளூரு பொம்பளப்புள்ள ஆடு மேய்க்க போவுது.

ஒரு நாளு அந்தப் புள்ள மேய்க்குத ஆட்டுல, ஒரு ஆட்டைக் காங்கலை. அது இசக்கியம்மனுக்கு நேர்ந்து விட்டுருக்க ஆடு. அந்தப் புள்ள தேடித் தேடி பாத்திருக்கு. எங்கயும் கெடய்க்கலை. பிறகு கெடைக்கு வந்திருக்கு, அந்தப் புள்ள. 'இந்த மாதிரி எங்க ஆட்டை காணலை, உங்க கெடையோட சேர்ந்திருக்கான்னு பாருங்கன்னு கேட்டி ருக்கு. பாக்காமலேயே இல்லைன்னு சொல்லிட்டானுவோ, இவனுவோ. ஆனா, ஆடு இவங்க ஆடுவளோடதான் கெடக்கு.

பெறவு வீட்டுல போயி, இந்த மாதிரி ஆட்டை காங்கலன்னு சொல்லுது. அண்ணன்காரனுவோ, ஏசுதானுவோ. 'ஏ கூறுகெட்ட செரிக்கி, அது அம்மனுக்கு நேர்ந்துவிட்டுருக்க ஆடு. அது தொலஞ்சுட்டுன்னா சாமி குத்தமாச்சே. நம்ம குடும்பத்துக்கு ஆவாம போயிருமே. இப்படி பண்ணிட்டு வந்து நிக்கியே, போயி ஒழுங்கா

தேடுன்னு சொல்லுதாவோ. அந்தப் பிள்ளை பயந்து போயி, நாலா புறமும் தேடுது. ஒரு இடத்துலயும் கிடைக்கல. ஆனா, இவங்க கெடை ஆடுவோ கூடதான் சேர்ந்திருக்கணும்னு சந்தேகம். அதனால திரும்பவும் வந்து கெடைக்காரனுவட்ட, 'எங்க வீட்டுல ஏசுதாவோ. உங்க கெடையாடுவளோடதாம் என் ஆடு கெடக்குன்னு நெனய்க்கேன். கொஞ்சம் தேடி தாங்கன்னு அழுதுட்டே கேட்டிருக்கு.

"இங்கரு உம் ஆடு இங்க வரலைன்னு சொல்லிட்டே இருக்கோம், நீ சொன்னதையே சொல்லிட்டிருக்கியோ. அப்பம் இந்தா நிக்கி பாரு, இந்த ஆட்டுக் கூட்டத்துக்குள்ள போயி, தேடிக்கோ" ன்னு சொல்லுதாவோ. அதுல அறநூறு, எழுநூறு ஆடுவோ இருக்கு பாத்துக்கோ. அந்தப் புள்ள போயி தேடுது. தேட முடியலை. பெறவு, "பாத்துட்டியா? இல்லல்லா, இனும இங்க வரக்கூடாது ஆமா" ன்னு விரட்டி விடுதானுவோ.

அந்தப் புள்ள வீட்டுல போயி அண்ணன்மாருட்ட அழுதுட்டே ஆடு கிடைக்கலைன்னு சொல்லுது. அவனுவோ, திரும்பவும் ஏசுதானுவோ. இப்படி சாமி கோவத்துக்கு நம்ம குடும்பத்தை ஆளாக்க வச்சுட்டியே, பாதவத்தி, உன் னையால நம்மள சாமி ஏதும் பண்ணிருமே, இதுக்கு என்ன செய்யன்னு தெரியலையே?'ன்னு சொல்லிட்டு, அந்தப் புள்ளைய புடிச்சு ரொம்ப ஏசுதானுவோ.

தன்னால, குடும்பத்துக்கு ஏதும் ஆயிருமோன்னு பயந்த அந்தப் புள்ளைக்கு கண்ணீரா வருது. பெறவு திடீர்னு, கோயில் இருக்க மரத்துக்குப் பக்கத்து மரத்துல போயி, நாண்டுகிட்டு நின்னு செத்து போயிருது. ஊரே போயி வேடிக்கை பாக்கு. கெடை போட்டவங்களுக்கும் இது தெரிய வருது. அந்தப் பிள்ளையோட ஆடு இவங்க கெடையிலதாம் கெடந்துருக்குன்னு தெரிஞ்சும் இவனுவோ வாயை தொறக்கலை. அநியாயமா ஒரு உசுரை கொன்னுட்ட மேன்னு கொஞ்சம் பயம் வந்துட்டு. ஊர்க்காரவோ கூட சேந்து, நாண்டுகிட்டு நின்ன பிள்ளைய போயி, இவ்வோளும் பார்க்காவோ. பாத்துட்டு வருத்தத்தோட, கெடை பக்கம் வந்தா, பாதியாடுவோ, பின்னால பீய்ச்சி அடிச்சு செத்து கெடக்குவோ.

எப்படி செத்ததுன்னு யாருக்கும் தெரியல. என்னமும் திடீர் நோய் வந்துட்டான்னு நெனய்க்காவோ. மறுநாளு

பாத்தா, இன்னும் கொஞ்ச ஆடுவோ செத்து போயி கெடக்கு. அந்தானி பயம் வந்துட்டு. இது, செத்து போன பிள்ளையோட வேலையாதாம் இருக்குமோன்னு நினைக் காவோ.

இதுக்கு மேலயும் இங்க கெடந்தா, இருக்க கொற ஆடுவளும் செத்து போயிரும், உடனே ஊருக்கு கெளம்புமுன்னு புறப்படுதாவோ. பாதி வழியில வந்துட்டு இருக்கும்போது இன்னும் கொஞ்சம் ஆடுவோ, திடீர்னு செத்து போவுது. அவனுவளுக்கு கெதி கலங்கி போச்சு. செத்து போன அந்தப் புள்ளதாம் பின்னாலயே வந்து இந்த வேலைய பண்ணு துன்னு புரிஞ்சுட்டானுவோ. உடனே பெரியண்ணன்ட்ட வந்து சொல்லுதானுவோ.

"கூறுகெட்ட வேலைய பண்ணிட்டேளே, சாமி குத்தம் நம்மளையும் சேத்துதான கொல்லும்"னு சொல்லிருக்காரு, கருத்தமாடம். 'சொல்லி வாயை மூடல, பேர் காலத்துக்கு வந்த பாசமான தங்கச்சி செத்து போனா, மறுநாளு. கொல நடுங்கி போச்சு அவனுவளுக்கு. இப்ப என்ன செய்யலாம், ஏது செய்யலாம்னு தெரியல. உடனே பக்கத்தூர்ல இருந்த சாமியார்ட்ட போயி, குறி கேளுன்னு யோசனை சொல்லுதா வோ. போவொம்னு பேசிட்டு இருக்கும்போது, மிச்சமிருந்த ஆடுவோ எல்லாம் காலி.

"என்ன இது, ஒரே குடும்பத்துல இப்படி தொடரந்து நடக்கேன்"னுட்டு ஊரெல்லாம் ஆச்சரியம். பக்கத்தூர் சாமியார்ட்ட போயி, குறி கேக்காவோ. அவரு நடந்ததை சொல்லிருதாரு, அம்மனுக்கு நேந்துவிட்ட ஆட்டை, கெடையாட்டோட பத்திட்டு வந்தது, அந்தப் பிள்ளை நாண்டுகிட்டு நின்னு செத்துப் போனது எல்லாத்தையும் விலாவாரியா புட்டு புட்டு வச்சிட்டாரு. இவனுவளுக்கு ஆச்சரியம். அங்க நடந்த விஷயத்தை பக்கத்துல நின்னு பார்த்த மாதிரி சொல்லிட்டாரேன்னு.

செஞ்சது தப்புதாம், இப்ப என்ன பரிகாரம் செய்யலாம்னு கேக்காவோ. அந்த ஆத்தாவ சாதாரணமா நெனச்சுட்டியோ. அவா, காளில்லா. அவளா மனசு வச்சாதாம் நீங்க நல்லாருக்க முடியும். அதுக்கு அவா கோவத்தை நீங்க கொறக்கணும். மனசை குளுற வைய்க்கணும்.

நேரா அந்த அம்மன்ட்ட போயி விழுந்து கதறுங்க. ஊர்ல உனக்கு ஒரு பூடத்தை விட்டுக் கும்பிடுதோம், மன்னிச்சிரு

தாயேன்னு சொல்லி அழுங்க. அதே போல பதிலுக்கு மூனு ஆட்டை பலிகொடுக்கோம்னு சொல்லுங்க. சரியாவும்னு சொல்லுதாரு சாமியாரு.

சாமியாரை பாத்துட்டு வீட்டுக்கு வந்து பாத்தா, கடைக்குட்டி தம்பி, ரத்தம் ரத்தமா வாயால எடுத்து செத்துட்டாம். இதுக்கு மேலயும் வீட்டுல இருந்தா, நம்ம உயிருக்கும் ஆபத்துன்னுட்டு அந்த கோயிலுக்குப் போயிருதாவோ. கோயில்ல, குறிகாரரு சொன்ன மாதிரியே சொல்லுதாவோ. அங்கனேயே மூணு ஆடுவளை பலி கொடுத்து கும்பிடுதாவோ.

கூட, பிடி மண்ணை எடுத்துட்டு வாராவோ. புதுசா கட்டுன வீட்டுல இருந்து வலபக்கத்துல கொஞ்சம் தள்ளி காலி இடம் இருந்தது. அங்க ஒரு மரத்துக்குக் கீழ, அந்தப் பிடி மண்ணை போட்டு, குறி சொன்ன சாமியாரைக் கூட்டிட்டு வந்து பூடம் அமைக்காவோ. அதுக்கு பட்டு கட்டி, குடும்பமே, நாங்க செஞ்சது தப்புதாம், எங்களை மன்னிச்சுருங்கன்னு கும்பிட்ட பிறவு, அவ்வோளுக்கு பிரச்னை இல்லாம இருக்கு. ஆனா அதுக்குள்ள அவ்வோட்ட இருந்த சொத்து சொகம் அத்தனையும் கைய விட்டு போயிட்டு.

நீங்க செஞ்ச சின்ன தப்பால நம்ம தம்பிய இழந்தாச்சு, தங்கச்சிய இழந்தாச்சு. பெத்த பிள்ளை மாரி இருந்த ஆடுவோளயும் இழந்தாச்சு. இனும புதுசாதாம் வாழ்க்கைய ஆரம்பிய்க்கணும்னு மூத்த அண்ணன் கருத்தமாடம் சொல்லுதாம். இதுக்காகக் கல்யாணமே முடிக்காம இருக்குத அவன், தம்பிக்கு சொந்தத்துல பொண்ணு பாத்து கல்யாணத்தை பண்ணி வைய்க்காம்.

இப்ப கையில நாலஞ்சு ஆடுவளும் சின்ன வயலும் அந்த வீடும்தான் இருக்கு. புதுசா, அம்மனுக்குப் பூடம் வச்ச இடத்துக்கு எதுர்ல இருந்த காலி மனைய உழுது, விதைப்பாடா மாத்துதானுவோ. ராப்பகலா உழைக்காவோ. அதை வாழைத்தோட்டமா மாத்துதாவோ. அதுல வந்த துட்டை வச்சு ஆடுவளை வாங்குதாவோ. இப்படி கஷ்டப்பட்டு உழைச்சுட்டு இருக்கும்போது கூட, நூறு ஆடுவளும் நாப்பது,அம்பது மாடுவோளும் சேந்துபோச்சு, அவ்வோட்ட. வருஷத்துக்கு ஒரு தடவை அம்மனுக்குக் கொடை கொடுத்த உடனேயே, ஏதாது வருமானம் வந்துரும்.

அம்மன் சக்திதாம் எல்லாம்னு நினைச்சு, பெறவு அதுக்கு சின்னதா ஒரு கோயிலை கட்டுதாவோ. பிறகு அதை ஊர்க்காரங்களும் வந்து கும்பிட ஆரம்பிக்காங்க.

இவ்வோளுக்கும் கொஞ்சம் கொஞ்சமா வருமானம் வருது, ஆடு, மாடுவோ தொழுவு நிறையுது. இழந்ததை மீக்காவோ. சின்ன தம்பி, ஆடு, மாடுவோள பாத்துக்கிடணும். அண்ணன் வயக்காடுவோள பாத்துக்கிடணும்னு இருக்காவோ.

அப்பம், ஆடு, மாடுவோள வீட்டுல இருந்து அவுத்துட்டு போயி, ஊருக்கு மேக்க இருக்க பொத்தையில அமத்திட்டு, வாய்க்காலுக்குப் போயிட்டு வருவாம் கருத்தமாடனோட தம்பி. இது தெனமும் நடக்க சமாச்சாரம். அப்பம் ஊருக்குள்ளே ஆடு, மாடு வச்சிருக்க, இன்னும் செலரும் அவனை மாதிரியே, அவன் மாடு போடுத இடத்துலயே, அமத்திட்டு, வாய்க்காலுக்குப் போயிட்டு சவுரியமா வந்து அங்கயிருந்து ஒவ்வொரு இடத்துக்கா மேயதுக்கு பத்திட்டுப் போவ ஆரம்பிச்சாவோ. அடுத்தால ஆடு, மாடு பத்த வாரவோ எல்லாருமே, இந்த இடத்துலயே அதுவோள அமத்த, இந்தப் பொத்தை, மந்தையாயி போச்சு. நம்ம ஊருக்குள்ள மந்தை வந்த கதை இதுதாம்ல.

பெறவு அவங்க குடும்பத்து ஆளுவோ படிச்சு, பெரிய ஆளாகி மெட்ராஸுக்கு போயிட்டாவோ. அவங்க வம்சத்துல யாரோ ஒருத்தருதான் இந்த வீட்டை வந்து எப்பமாது பார்ப்பாரு. இப்பம் அவரும் இங்க வாரது இல்ல. நம்ம கணக்குப்பிள்ளை பேரன்தான் சும்மா மேப்பார்வைப் பாத்துக்கிட்டிருக்காம்"

கதையைச் சொல்லி முடிக்கவும், "இந்தக் கதை ஒண்ணும் பயங்காட்டலையே?" என்றார் பாய்.

"நீருதான அப்படி நினைச்சுக்கிட்டேரு. இதுக்குப் பின்னால இப்படியொரு கதை இருக்கது, ஊர்லயும் ரொம்ப பேருக்குத் தெரியாது" என்ற பாபநாசத் தாத்தா, இன்னும் ஒரு டீ சொன்னார்.

பீடி கடை மாமா, "நானும் என்னமோ ஏதோ பெருசா பயங்காட்டிருவியோன்னுலா நெனச்சுட்டேன். பேய், பிசாசுன்னு எதையாது சொல்லிட்டேர்னா, பயந்துட்டே வரணும்னு நினைச்சேன்" என்றார்.

“பேய், பிசாசுன்னு யாருவே சொன்னா?”

“பாழடைஞ்ச வீடுன்னாலே அப்படித்தான கதை சொல்லுவாவோ”

“அதுவும் இருக்கு. அது எங்கன்னா, நம்ம மந்தைக்கு மேக்க...”

“போதும் போதும், இன்னும் ஏழு வீட்டு கதைய கேட்டு நா என்னச் செய்யப் போறேன்?” என்று எழுந்த பாய் “அந்த கோயிலு எங்க இருக்கு?” என்று கேட்டார்.

“வாய்க்காலுக்குப் போற வழியில நவ்வாப்பழ மரம் நிய்க்குல்லாவே. அது பக்கத்துல சின்னதா ஒரு சிதைஞ்ச கட்டடம் இருக்கு பாரும். அதாம், கோயிலு. பாம்புவோ நடமாட்டம் நெறய இருக்குன்னு யாரும் அங்ஙன போறதில்லை. அங்க தோட்டம் வச்சிருக்கச் சுடலை மட்டும் எப்பமாது போயி, முள்ளுவோள வெட்டி, சாமி கும்பிட்டுட்டு வருவாம்”.

11

பனஞ்சாடி இடுப்பு வேட்டியின் ஓரத்தில் மடித்து வைக்கப்பட்டிருந்த பீடி கட்டை எடுத்தார். அதோடு வைக்கப்பட்டிருந்த சில்லறைக் காசுகளை, எவ்வளவு இருக்கிறதென்று எண்ணினார். இருபது ரூபாய் இருந்தது. கடந்த சில நாட்களாக, மகன் ரூபாய் தரவில்லை. அவர் எப்போதும் அவனிடம் பணம் கேட்பதில்லை. அவனாகக் குறிப்பறிந்து கொடுத்தால் உண்டு அப்படியே பணம் இல்லையென்றாலும் சமாளித்துவிடுவார். அவருடைய அதிகப்பட்ச செலவு பீடிதான். காசில்லை என்றால் டீ கூட குடிக்க மாட்டார். சில நேரங்களில் அவருக்கானச் செலவை, ராமசாமியே பார்த்துக்கொள்கிறார்.

அவருடன் சின்ன வயதில் ஆடு மேய்த்த கந்தனுக்கு இப்போது முழுவதுமாக நடக்க முடியவில்லை. காலில் ஆணி. அப்போதே உண்டு. செருப்புப் அணிந்துகொண்டு காலைப் பொத்தி பொத்தி நடக்கும் கந்தன், கையில் கம்பு வைத்திருப்பார். இப்போது சுத்தமாக முடியவில்லை. உடல் வேறு பெருத்துவிட்டது. காலை தரையில் மெதுவாக அழுத்தினால் கூட விண்ணென்று வலி எடுக்கிறது. ஒவ்வொரு காலையும் மெதுவாக எடுத்து வைத்து, 'தத்தக்கா பித்தக்கா' என்று நடப்பதற்குள், போதும் போதும் என்றாகிவிடுகிறது. அவசியம் வந்தே ஆக வேண்டும் என்கிற வேலைகளுக்கு மட்டுமே வந்து செல்கிறார்.

என்ன நடந்தாலும், காலையில் வாய்க்காலில்

கொஞ்சமாக ஓடும் தண்ணீரில் விழுந்து புரண்டு குளித்துவிட்டு வீட்டுக்குத் திரும்புவதை வழக்கமாக வைத்திருக்கிறார் கந்தன். அதற்கே அதிக நேரம் பிடிக்கிறது. வாய்க்காலுக்குப் போகும் வழியில் இருக்கும் வயக்காட்டுச் சாலையில், சரளைக் கற்கள் இப்போது அதிகமாகக் கிடக்கிறது. மழையில் பெயர்ந்த கற்கள், சாலையை மாற்றியிருக்கின்றன. அதில் செருப்புப் போட்டு நடந்தாலும் கற்கள் காலில் குத்தி, வலியை ஏற்படுத்துகிறது. தெரிந்த தெருக்காரப் பையன்கள் சைக்கிளில் வந்தால் ஏற்றிக் கொண்டு வந்துவிடுகிறார்கள்.

இன்றும் அப்படித்தான், பக்கத்துவீட்டு சைலுவின் சைக்கிளில் வீட்டுக்கு வந்து கொண்டிருந்தார், பெரிய வாய்க்காலில் குளித்துவிட்டு. பஜனை மடத்துக்கு அருகில் வந்ததும் பனஞ்சாடியைப் பார்த்தார். ”ஏல சைக்கிளை நிறுத்து” என்று இறங்கிய கந்தன், ”நீ போடே, நா பெறவு வாரேன்'' என்று சொல்லிவிட்டு அவருடன் சேர்ந்துகொண்டார். இங்கிருந்து அருகில்தான் கந்தன் வீடு.

இருவரும் பேசிக்கொண்டே நடந்தார்கள். பொதுவாகவே பனஞ்சாடியைப் பார்த்ததும் கந்தனுக்கு உற்சாகம் வந்திவிடும். ஏன், எதற்கு என்றெல்லாம் தெரியாது. அது அப்படித்தான். சின்ன வயதில் இருந்தே அப்படித்தான். இருவரும் ஒளிமறைவு இல்லாமல் எல்லாவற்றையும் பேசிக்கொள்வார்கள்.

மந்தையில், கந்தனுக்கும் ஒரு வீடு இருக்கிறது. அதில் அவர் மகன் இருக்கிறான். இந்த வீட்டில் கந்தனும் அவர் மனைவியும் அம்மாவும் ஆட்டுக் குட்டிகளோடு வசிக்கிறார்கள்.

‘என்னாச்சுடே, வீட்டுப் பட்டா?’ என்று நடந்துகொண்டே கேட்டார் கந்தன்.

‘இன்னும் இழுத்துட்டுல்லா இருக்கானுவோ?’

“நம்ம சொடலை மவம்தான பஞ்சாயத்து போர்டுல இருக்காம், கேக்க வேண்டியதான?”

“அவங்கிட்ட கேட்டு எதுக்கு? இது கலெக்டராபீஸ்ல மனு கொடுத்து அங்க இருந்து தாசில்தாரு ஆபிஸுக்கு வந்து, பண்ண வேண்டிய வேலையாம்லா?”

"மனு கொடுத்தல்லா?"

"அது எவ்வளவு நாளாச்சு? நம்ம நேரம், என்ன செய்ய முடியும்?"

"அது ஏம் ஒங்களுக்கு மட்டும் கொடுக்கல?"

"ஒரு எழவும் தெரிய மாட்டேங்கே?"

"சுடலை மவன்கிட்ட அங்க எங்கயும் தெரிஞ்ச ஆளுவோ இருக்கான்னு கேக்க வேண்டியதான? இருந்தா காசை கீசை கொடுத்து வாங்கிரலாம்லா"

"காசை கொடுத்து எதுக்கு வாங்கணும்?"

"வேற என்னச் செய்ய சொல்லுத?"

"இவ்வளவு நாளு முட்டி மோதியாச்சு. இன்னும் எவ்வளவு நாளு போதுன்னு பார்ப்போம். ஆனா, அஞ்சு பைசா இதுக்குன்னு செலவழிக்க மாட்டேன்னு வைராக்கியமா இருக்கேன், பாத்துக்கெ"

கந்தன், வீட்டுக்குள் நுழைந்தான். உள்ளே வலப்பக்கம் பெரிய திண்ணை. அதை அடுத்து ஆட்டுக்குட்டிகளுக்காகத் தூணில் கட்டிப் போடப்பட்டிருக்கிற குலைகள், தொங்கிக் கொண்டிருந்தன. கீழே ஆட்டுப்புழுக்கைகள் சிதறிக் கிடக்கின்றன. தொழுவை இன்னும் தூத்துத் துப்புரவாக்கவில்லை. ஆடுகள், வீட்டுக்கு வெளியே இருந்த தோட்டத்தில் மேய்ந்துகொண்டிருந்தன.

திண்ணைக்கு அருகில் எப்போதோ வெட்டப்பட்ட மரத்தின் தூர், அப்படியே காய்ந்து வட்டமாக இருந்தது. வேரோடு வெட்டப்பட்ட இடம். அதற்கு மேல் வேரில் இருந்து கிளைகள் முளைக்கவில்லை என்றாலும் ஒன்றரை ஆள் சேர்த்துப்பிடிக்கிற அளவுக்கு இருக்கிற அந்தத் தூர், வழு வழுவென்று மேஜை மாதிரி இருக்கிறது. கறிக்கடைகளில் வெட்டுவதற்கு வைத்திருக்கிற மரத்தூர் போலவே இதுவும் இருக்கிறது. அதன் மேலே, கீழ் மேலாக வெட்டுப்பட்டது போல, கீறல்கள் தெரிகின்றன. அது வெடிப்பு. அந்த வெடிப்பின் ஓரத்தில் இருந்து பல்லி ஒன்று வெளியே ஓடியது. தூரின் மீது வைத்திருக்கிற சருவச் சட்டியைத் தூரத் தூக்கி வைத்துவிட்டு, துண்டால் உதறி அதில் உட்கார்ந்தார் பனஞ்சாடி.

கந்தனின் மனைவி, "ஏண்ணே வாங்க, மைனி எப்படியிருக்காவோ?" என்று விசாரித்தாள். பிறகு "காபி குடிக்கேளா?" என்று கேட்டாள். வேண்டாம் என்றார் பனஞ்சாடி.

கந்தன், வேஷ்டியை மாற்றிக்கொண்டு இருந்தார்.

பனஞ்சாடி குனிந்து மரத்தூரை ஒரு முறைப் பார்த்துக்கொண்டு பெருமூச்சு விட்டார். அது, வாகை மரத்தூர். உயர்ந்து வளர்ந்து பச்சைப் பசேலென உயிரோடிருந்த அந்த வாகை மரம் இப்போது அவர் கண்முன் வந்து நின்றது. தரை வரை வளைந்திருக்கும் அதன் ஒரு கிளையில் கந்தன், கவட்டை ஒன்றைத் தொங்கவிட்டிருப்பான். அது, நரிக்குறவரிடம் இருந்து மூன்று குத்து நெல்லுக்கு வாங்கிய கவட்டை. பஸ் டயரில் செய்யப்பட்ட ரப்பர் வார் அதில் இருந்தது. அதை வைத்துக்கொண்டு அலைவதே பெருமையாக இருக்கும். கந்தன் அதை யாருக்கும் கொடுக்க மாட்டான். இந்த மரத்தூர், அதை மட்டுமா ஞாபகப்படுத்துகிறது?

அப்போது கோயில் திருவிழா. பக்கத்தூரில் இருக்கிற சைலப்பரும் உள்ளூரில் இருந்த கல்யாணி அம்மனும் திருமணம் செய்து கொண்ட பின் மறு வீடு வந்ததற்கான விழா அது. விழா நடைபெறும் கோவில் பெருமாளுக்கானது. மூன்று நாள் விழாவில் ஊர், களைக் கட்டியிருந்தது. ஒவ்வொரு சமூகத்துக்கும் கோயில் வேலை பிரித்துக் கொடுக்கப் பட்டிருந்தது. கந்தனின் சமூகத்துக்குச் சாமியை சிவசைலத்தில் இருந்து ஊருக்குச் சப்பரத்தில் அழைத்துக் கொண்டு வரும் வேலை. முந்தைய நாள் இரவே சாமியை அழைக்கப் போய்விட்டார்கள். கந்தன், பனஞ்சாடி எல்லாருக்கும் இளவயது. இரண்டு மூட்டை, நெல்லை ஒன்றாகத் தூக்கிக்கொண்டு செல்லும் வலுவுடையவர்கள். சப்பரம் சுமக்க சரியான ஆட்கள்.

அன்று வெள்ளிக்கிழமை காலை. சப்பரம் ஊரின் வெளியே அக்ரஹாரத்துக்கு அருகே வந்துவிட்டதைக் கொட்டுச்சத்தம் சொன்னது. ஊர்க்காரர்கள் எல்லோரும் சாமியை வரவேற்கச் சென்றார்கள்.

அப்போதுதான் அந்தச் சம்பவம் நடந்திருந்தது. கந்தன் வீட்டு வாகை மரத்தில் பழனி பயல், தூக்குப் போட்டுச் செத்திருந்தான். ரைஸ்மில்லில் வேலை பார்த்துக் கொண்டிருந்தவன். தென்காசியில் அவனுக்குச்

சொந்தக்காரப் பெண்ணைப் பார்த்து வைத்திருந்தார்கள். அடுத்த மாதம் பேசலாம் என நினைத்திருந்தார் அவன் அப்பா. அதற்குள் இப்படியொரு காரியத்தைப் பண்ணி விட்டான். ஏன் இப்படியொரு முடிவை எடுத்தான் என்று ஆச்சரியமாக இருந்தது எல்லாருக்கும். எப்போதும் சிரித்துக் கொண்டே இருக்கும் பழனி, இப்போது பிணமாகியிருந்ததைப் பார்க்க முடியவில்லை.

சப்பரம் தூக்க வந்திருக்க வேண்டியவன். இப்படி அநியாயமாக உயிரை விட்டச் சம்பவம் தெருவில் அதிர்ச்சியை ஏற்படுத்தியிருந்தது. ஆனால், சாமி வந்திருக்கும் நேரத்தில் இப்படியொரு தீட்டு விஷயம் வெளியே தெரியக் கூடாது என்பதால் அமைதிக் காத்தார்கள். மூச்சு விடவில்லை யாரிடமும். கந்தன் வீடு இருந்த அந்த ஒரே ஒரு தெரு மட்டும் எந்த ஆர்ப்பாட்டமும் இல்லாமல் அமைதியாக இருந்தது. அங்கு ஆட்கள் நடமாட்டம் கூட இல்லை. மரத்தில் தொங்கிக்கொண்டிருந்த பழனியை அப்படியே இறக்கி, வெளித் திண்ணையில் கிடத்தினார்கள். தரையில் ஓலைப்பாயை விரித்து அதன் மேல் பழைய ஜமுக்காளத்தைப் போட்டு உடலைக் கிடத்தினார்கள். சுற்றி ஏழெட்டுப் பத்திகளைப் பொருத்தி வைத்து, சேலைகளைத் தொங்க விட்டு வேலி மாதிரி கட்டினார்கள். யாரையும் வீட்டுக்குள் விடவில்லை. கதவு அடைக்கப் பட்டிருந்தது. தெரிந்தவர்கள் வந்து இன்னாரென்று பெயரை சொன்னால் மட்டுமே கதவைத் திறந்தார்கள்.

சாமி, ஊருக்குப் போன பிறகுதான் அழுகைச் சத்தம் கூட வெளியில் கேட்க வேண்டும் என்று தலைவர் சொல்லிவிட்டதால் அவன் அநியாயமாகச் செத்துப் போனது, நெருங்கிய சொந்தங்களைத் தவிர யாருக்கும் தெரியவில்லை. வெளியூருக்கும் துட்டிச் சொல்லவில்லை. சாமியை ஊரில் இருந்து அழைத்து வந்தவர்கள்தான், மீண்டும் கொண்டு போய் சேர்க்க வேண்டும் என்பதால் அவர்கள் ஏழெட்டு பேர், இந்தப் பக்கம் வரவே இல்லை. தெரிந்தவர்கள் வீடுகளில் சாப்பிட்டுவிட்டு அங்கேயே உறங்கி கோயிலுக்குச் சென்று விட்டார்கள். கந்தன் வீட்டில் உள்ளவர்கள் பட்டபாடு சொல்லி மாளாது.

சாமியை, கொண்டு போய்விட்டுவிட்டு வந்த பிறகுதான், துட்டிச் சொன்னார்கள். ஊருக்குப் பிறகுதான் தெரிந்தது. ஆனால், உடனடியாகச் சுடுகாட்டுக்குத் தூக்கிக்கொண்டு

போய் எரித்துவிட்டு வந்துவிட்டார்கள். 'சரியான வயித்து வலி. அதாம் இப்படி பண்ணிட்டாம்' என்றுதான் வருத்தத்தோடு சொல்லப் பட்டது.

"வயித்துவலிக்கு போயா இப்படி பண்ணுவாம்?"

"அதெல்லாம் தனக்கு வந்தாதாம் தெரியும். அவனுக்கு அடிக்கடி வருமாம்லா,. தாங்க முடியாத வலியாம்"

"வயசானவோ யாராது வயித்து வலின்னு இப்படி செஞ்சா பரவாயில்ல. ஒரு இளவட்ட பய இந்த வலிக்காவ சாவானா?" என்றும் பேசினார்கள். ஆனாலும் அது தற்கொலை என்றே நம்பப்பட்டது. அது கொலை என்பது பனஞ்சாடிக்கும் கந்தனுக்குமே சில நாட்களுக்குப் பிறகுதான் தெரிந்தது.

கந்தனின், மாமன் மகன்தான் பழனி. அடுத்த வீடு. எந்தக் கெட்ட பழக்கமும் இல்லாத பழனி, ஒரு பெண்ணுடன் தொடர்பில் இருக்கிறான் என்று தெருவில் பேசிக்கொண்டிருந்தார்கள். ஆனால் அவன், முறை தவறி தொடர்பு கொண்டிருந்தான் என்பது யாருக்கும் தெரியாதது. அதாவது அவனுக்கு முறையற்ற உறவுப் பெண்ணிடம் தொடர்பு வைத்திருந்தான். அன்றைக்குச் சாமியை அழைக்க, அவனும் வந்திருக்க வேண்டும். தெருவே போய் விடும் என்பதால், தனக்கு வசதியாக இருக்கும் என்று நினைத்திருக்கிறான் பழனி. சாராயத்தைக் குடித்து விட்டு ராத்திரி வீட்டுக்கு வந்திருக்கிறான். போதைத் தலைக்கேறியிருக்கிறது. கந்தன் வீட்டுக்குப் பின்பக்கம் தான் அவள் வீடு. வீட்டில், அவளைத்தவிர வேறு யாரும் இருக்க மாட்டார்கள் என்ற தைரியத்தில் எப்போதும் போல சென்று, பின்பக்கமாகக் கட்டிப் பிடித்துத் தூக்கியிருக்கிறான் அவளை. 'நல்ல நாள் அதுவுமா, இது தேவையில்லை' என்று தவிர்த்துப் பார்த்திருக்கிறாள் அவள். மற்றநாட்களில் என்றால் சத்தம் போடாமல் இருந்திருப்பாள். விடவில்லை இவன். போதையில் இருந்தவனுக்கு எதுவும் புரியவில்லை. ஒன்றாகப் படுத்திருக்கும்போது வந்து விட்டான் வீட்டுக்காரன்.

'திடீர்னு வீட்டுக்குள்ள வந்து, என்னை அடிச்சு இழுத்து இப்படி பண்ணிட்டாம்' என்று கண்ணீர் விட்டு ஒப்பாரி வைத்திருக்கிறாள், கணவனிடம். பழனி போதையில் இருந்ததால் அதை நம்பினான், வீட்டுக்காரன். சாரத்தைக்

கையில் பிடித்துக் கொண்டு வெளியில் தள்ளாடியபடி ஓடிய, அவனை இழுத்து சங்கை நெறித்ததில் பொட்டென்று மயங்கிவிட்டான். தெருவில் ஒரு நாதி இல்லாதது சவுகரியமாகி விட்டது. அப்படியே கழுத்தில் கயிற்றைக் கட்டி, மயக்கத்தில் இருந்தவனை மரத்தில் தொங்கவிட்டு விட்டான்.

"மானங்கெட்ட தொடர்பால, அநியாயமா ஓர் உசுரு போச்சே" என்று நினைத்தார் பனஞ்சாடி. இப்போதும் அவன் முகம் அவர் கண்முன் வந்து நின்றது. எந்த நேரமும் சிரித்துக்கொண்டே இருக்கும் பழனி, இப்படி ஆவான் என்று அவரால் மட்டும் அல்ல, யாராலும் நம்ப முடியவில்லை.

அவன் இறந்த ஒரு மாசத்துக்குப் பிறகு அந்த வாகை மரத்தை வெட்டினார்கள். அதன் தூர் இன்னும் அப்படியே இருக்கிறது இப்போதும். மரத்தில் கட்டித் தொங்கவிட்டவன் ஆண்டு அனுபவித்து போன மாதம் தான், செத்துப் போனான்.

வேட்டியை மாற்றிக்கொண்டு தோளில் துண்டுடன் வாசலுக்கு வந்தார், கந்தன். சூரியனைப் பார்த்துக் கண்ணை மூடி கும்பிட்டார். பிறகு எதையோ முணுமுணுத்துக் கொண்டே ஒரு சுற்று சுற்றி வந்து, கண்ணைத் திறந்தார். இரண்டு காகங்கள் வீட்டின் கீழ்ப்பக்க ஓட்டில் நின்று கரைந்தன. அதற்கும் ஒரு கும்பிடு போட்டுவிட்டு உட்காரந் தார், பனஞ்சாடியின் அருகில்.

வீட்டுக்கு வெளியில், கொத்தனார் வேலைக்குப் போகும் பால் இசக்கி மகன், "நமீதாவுக்கு கல்யாணமாம்லா... தெலுங்கு நடிகரை கெட்டிக்கிட்டாளாம்" என்று சொல்லிக் கொண்டுப் போனான். அதைக் கேட்ட பனஞ்சாடி, நமீதான்னா எந்தப் படத்துல நடித்த நடிகையாக இருக்கும் என்று யோசிக்கத் தொடங்கினார்.

அவரது யோசனையை உடைத்தவாறு, "அதெப்படிடே உனக்கு மட்டும் எங்க போனாலும் சிக்கலு வந்திருது?" என்று கேட்டுவிட்டு முகத்தைப் பார்த்தார் கந்தன்.

"நா என்னத்தக் கண்டேன்?" என்று சொல்லிவிட்டுச் சிரித்தார், பனஞ்சாடி.

"செரி, அதை வாங்கதுக்கு என்னதாம் வழி?"

“தாசில்தாரு, கலெக்டரு மனசு வச்சா முடியுமாம்?”

“குறை தீர்க்கும் கூட்டத்துல மனு கொடுக்க வேண்டியதுதான?”

“எத்தன மட்டம் கொடுத்தாச்சுங்க?”

வேறு என்ன செய்யலாம் என்று யோசிக்கத் தொடங்கினார், கந்தன்.

12

சீட்டு இசக்கி, வட்டிக்கேட்டு வந்திருந்தான். வழக்கமாக அவனை அலைய வைக்க மாட்டார் பனஞ்சாடி. மகனிடம் வாங்கி, தேடி போய் கொடுத்து விடுபவர்தான். இந்த மாதம் கல்யாண வீடுகள், துஷ்டி வீடு என ஏகப்பட்டச் செலவுகள்.

"ஒருவாரம் பொறேன் எசக்கி, தந்திருதேன்" என்று பனஞ்சாடி சொன்னதும் அவன், முகத்தை கோபமாக வைத்துக்கொண்டு, எதுவும் சொல்லாமலேயே பைக்கை ஸ்டார்ட் செய்தான். சொக்காரன்தான். காசு விஷயம என்று வந்து விட்டால், சொந்த பந்தமென்ன? அடுத்த முறை அவன் வரும்போது கொடுக்காவிட்டால், மானங்கெட்ட கேள்வி கேட்கவும் வாய்ப்பிருக்கிறது.

"கடன் வாங்கி திய்ங்க தெரியுதுல்லா, திருப்பிக் கொடுக்க வக்கில்லன்னா, என்ன மயித்துக்குவே வாங்கணும்?" என்று இதே இசக்கி, மேலத்தெருவில் ஒருவரைப் பேசியது ஞாபகத்து வந்து போனது.

இசக்கிக் கிளம்பவும் ராமசாமி வரவும் சரியாக இருந்தது. இசக்கி வட்டிக் கேட்டு வந்ததைப் பற்றிச் சொன்னார்.

"பாதிக்கு மேல வட்டியாவே கெட்டியாச்சு... மொத்தமா கொடுக்க முடியல" என்று புலம்ப ஆரம்பித்த பனஞ்சாடியை, "துண்டை போட்டுட்டு வாரும். சும்மா போயிட்டு வருவோம்" என்றார் ராமசாமி. அவருக்கும் ஏதாவது நேரம் போக வேண்டுமே?

புதிதாக விட்டிருக்கிற தனியார் பேருந்து அதிக இரைச்சலுடன் சென்று கொண்டிருந்தது.

லட்சுமியாச்சியிடம் சொல்லிவிட்டு ராமசாமியின் வண்டியில் ஏறினார், பனஞ்சாடி. போத்தி கோயில் வாசலில் போய் நின்றார்கள். கம்பி கதவுக்குள் இருந்தார் சாமி. வெளியே நின்று கும்பிட்டார்கள். பிறகு அந்த வளாகத்தின் வெளியே இருவரும் உட்கார்ந்தார்கள். அருகில் இரண்டு வெள்ளாட்டுக் குட்டிகள், காய்ந்து போய் கிடக்கும் பூமாலை களைத் தின்று கொண்டிருந்தன.

ராமசாமி, "கல்யாண மண்டப வேலைலா. அதாம் அங்க இங்கன்னு ஒரு பக்கமும் போவ முடியல'' என்று ஆரம்பித்தார்.

"கொஞ்சம் வேலை பாக்கி இருக்குன்னாவளே..?"

"பூச்சு வேலைதாம் பாக்கி. தெறப்பு விழாவ பண்ணியாச்சுன்னா, அதை எப்பம்னாலும் பாத்துக்கிடலாம்"

"அதும் சரிதாம்"

மேலத் தெருவில், புதிதாகக் கல்யாண மண்டபம் கட்டியிருந்தார்கள். ஊரின் முதல் கல்யாண மண்டபம். பெரும்பாலும் வீட்டிலேயே கல்யாணத்தை நடத்துவதுதான் வழக்கம். இல்லை என்றால் ராமர் கோயிலில் வைத்து முடிப்பார்கள். இப்போது பக்கத்து ஊர், கல்யாண மண்டபத்தில் நடத்துவதை வழக்கமாக வைத்திருக்கிறார்கள். 'ஊர்ல வசதிப்படலலா?' என்றார்கள். இதற்காக உள்ளூரிலேயே கல்யாண மண்டபம் கட்டத் தீர்மானித்திருந் தார்கள். பல பெரிய மனிதர்களிடம் நன்கொடை வாங்கியும் சமுதாய பணத்தைப் போட்டும் கட்டி முடித்தார்கள். திறப்பு விழாவுக்கான ஏற்பாடுகள் நடந்துகொண்டிருந்தன.

ராமசாமி, "தாசில்தாரு ஆபிஸ்ல உம்ம பட்டா மேட்டரை விசாரிச்சுட்டு, அப்படியே ரிஜிஸ்தரு ஆபிஸுக்கு போயிருந்தேன்" என்றார்.

"என்ன சொல்லுதானுவோ, பட்டாவுக்கு..?"

"இன்னும் ரெண்டு மூனு மாசத்துல கெடச்சிரும்னு சொல்லிருக்காம், பாப்போம்"

"இந்த எழவை தான சொல்லிட்டே இருக்கானுவோ...

இவனுவ எப்பம் கொடுத்து, எப்பம் லோனை வாங்கி...” -வெறுப்பாக இருந்தது பனஞ்சாடிக்கு.

“எனக்குத் தெரிஞ்சவன் சகலை கலெக்டர் ஆபிஸ்ல இருந்து ரிட்டையர் ஆயிருக்காரு... அவரை தற்செயலா பாக்கும் போது கேட்டேன்”

“ஆங்...”

“பொதுவா, மந்தை, நீர்ப்பிடிப்பு பகுதின்னா பட்டா கொடுக்கக் கூடாதாம். மத்த இடம்னா ஈசியா வாங்கிரலாம்னாரு”

“நல்லாருக்கே... இதுக்காவ இன்னொரு இடத்துக்கு எங்க போவ, இனும?”

“அதில்ல, சொல்லுதாரு அவரு”

“அவரு சொல்லட்டும். அப்படின்னா நாலஞ்சு பேருக்கு மட்டும் பட்டாவ எப்படி கொடுத்தாம்?”

“மந்தைன்னு காட்டாம, மந்தைக்கு வெளியே, பக்கத்துலன்னு காட்டி பட்டா வாங்க முடியுமாம்...”

“அப்படித்தாம் எல்லாரும் வாங்கியிருக்காவுளோ?”

“அப்படித்தாம்னு நெனய்க்கேன்”

“மத்தவளுக்கும் அப்படி கொடுக்க வேண்டியதுதானெ?”

“நம்ம பஞ்சாயத்து முடிவு பண்ணுனாலும் போதும். இவ்வோ ஒரு கூட்டம் போட்டு இப்படின்னு தீர்மானத்தை நிறைவேத்தினா முடிஞ்சு போச்சு”

“அங்க நமக்காவ பண்ணுததுக்கு யாரு இருக்கா?”

“கேப்போம்”

“இப்பம் மந்தை எங்க இருக்கு? ஆடு,மாடுதாம் எங்கயிருக்கு? பக்கத்துல நீர்ப்பிடிப்பு பகுதின்னு இனிச்ச கொளம் இருந்தது. அது வத்தி, சுடுகாடா போச்சு. மழை வந்தா கொஞ்சம் தண்ணி தேங்குது... இன்னும் கொஞ்ச நாள்ல அதுக்குள்ளயும் வீட்டைக் கெட்டிருவானுவோ...”

“சர்தாம்”

“எல்லாரும் அவனுவ சுயநலத்தைதாம் பாத்துக்கிடுதாம். மத்தவோள பத்தி என்ன கவலை? அதிகாரிமாருவோ பூரா

இப்படி இருந்தா, நம்மள போல கூட்டாளிலாம் என்ன பண்ண முடியும்ங்க?"

"எல்லாத்துக்கும் துட்டுன்னு ஆயி போச்சுல்லா?"

"நாளைக்கு சுடுகாட்டுல கொண்டு வய்க்கும்போது சேத்த சொத்துவளை தலமாட்டோட கொண்டா போவ போறானுவோ?"

"பிள்ளைலுக்கு சேத்து வைக்கானுவோ?"

"இப்படி சேர்த்த துட்டு பிள்ளைலுக்குச் சேருமா? இல்ல, அதுவோதாம் நல்லா இருந்திருமா?"

"இப்ப உள்ள காலத்துல அதெல்லாம் யாரு பாக்கா?"

"என்ன யாரு பாக்காங்க?"

"தெக்கூர்ல பழைய கிராம்ஸ், ஊரை அடிச்சு உலையில போட்ட மாதிரி அடிச்சு புடிச்சு சம்பாதிச்சாம். என்னாச்சு? ஒத்த பொட்டப்புள்ள, புத்தி பேதலிச்சு போயி, ரோடு ரோடா அலையுது. ஆசையா வளத்த ஒரே மவன், என்ன ஆனாம்? குடிகாரனா அலையுதாம்... சொத்து சேத்து என்னத்துக்கு?"

"ஒண்ணு ரெண்டு சம்பவம் இப்படியும் நடக்கு..."

"அதெல்லாம் ஆண்டவம் சும்மா விட்டுருவானா? என்னய போல, எத்தனை பேரு பாவத்தை சம்பாதிக்கானுவோங்க..."

"இவ்வளவு நாளு பொறுத்தாச்சு... இன்னும் கொஞ்ச நாளுதான" என்ற ராமசாமி அவரை அமைதிப்படுத்தினார். சிறிது நேரத்துக்குப், "ரிஜிஸ்தரு ஆபிஸுக்கு நம்ம பொந்தம் வாங்குன வயலுக்கு சாட்சி கையெழுத்து போட போயிருந்தேன்..." என்று ஆரம்பித்தார்.

"பொந்தம் யாரு வயல வாங்கியிருக்காம்?" என்று கேட்டார் பனஞ்சாடி.

"கிறுக்கியாச்சி இருந்தால்லா, அவா மவன் வயலை..."

"செரி செரி"

"ரிஜிஸ்தர் ஆபிஸ்ல நடந்த ஒரு பஞ்சாயத்தை சொன்னாவோ, எனக்கு கெதக்குன்னு ஆயி போச்சு?"

"என்னது?"

"எல்லாம் நம்மூரு வெவாரம்தாம். ஊருல வேற யாருக்கும் தெரியாது"

"அதென்ன வெவாரம்?"

"கெழக்க வெறவுக்கடைக்காரரு மவா, சீதை வீடு இருக்குல்லா…"

"ஆமா. அவா மவங்கூட பம்பாய்லயோ, வடக்க எங்கயோ இருக்கான்னாவோள…"

"அதாம். அவா வீட்டுக்கு மேக்க முத்தையா தேவரு வீடு இருக்கா…"

"ஆமா"

"அதுல இருந்து மேப்பக்கம் ஒரு தோட்டம் கெடக்குல்லா"

"ஆமா, அங்கதாம் சொள்ளமுத்து பய, பாம்பு கடிச்சு செத்தாம்…"

"அந்த தோட்டம்தான். அது, யாரு பேருல இருக்குங்க?"

"நீட்டி சீதைக்குள்ளதுல்லா அது"

"வெவாரம் இங்கதான் ஆரம்பிச்சிருக்கு"

"என்னன்னு..?"

"நம்மூருக்கு புதுசா ஒயருமேனு வந்திருக்காருல்லா"

"ஆமா, நரம்பு மாரி இருப்பானே, ஒரு சின்ன பையம்"

"ஆமா. அவனுக்கு, நீட்டி சீதை தோட்டத்தை வெலை பேசியாச்சு…"

"யாரு முடிச்சா?"

"நம்ம, கிட்டு பயதாம் முடிச்சுக் கொடுத்திருக்காம்"

"செரி"

"வெவாரம் என்னன்னா, இந்தச் சீதைக்கும் கெழக்க இருக்க சீதைக்கும் இன்ஷியலு ஒண்ணுதாம். ஒருத்தரு அப்பா பேரு சுடலை. இன்னொருத்தி அப்பா பேரு சுப்பையா"

"ஆமா"

“இடத்தை வித்து ரிஜிஸ்டர் பண்ணின பெறவு பாத்தா, பத்திரத்துல இடம் மாறி போச்சு...”

“என்னடே சொல்லுத?”

“அதை ஏம் கேக்க?”

“சரியா போச்சு, போ...அந்தளவுக்கா கூறு கெட்டு போயி இருக்கானுவோ?”

“ஊருக்கு வந்திருக்க, வி.ஓ புதுசு. தலையாரில்லா சொல்லணும். அவன் இந்த லட்சணத்துல சொல்லியிருக்காம்”

“பெறவு என்னாச்சு?”

“இது இன்னும் கெழக்க இருக்க சீதைக்கு தெரியாது”

“பெறவு?”

“பெறவென்ன, ரிஜிஸ்தரு ஆபிஸ்ல நம்ம பிச்சையா பிள்ளை மவன் வேலை பாக்காம். அவன்தாம் அந்த இடத்தை பேசி வச்சிருந்தானாம். ரூவா கொஞ்சம் முன்ன பின்னன்னு இழுத்ததால விட்டு வச்சிருந்தாம். அதுக்குள்ள ஒயருமேன் முடிச்சுட்டாம்”

“அப்டியா?”

“அவந்தாம் தற்செயலா இடத்து அளவை பத்திரத்துல பாத்திருக்காம். அவனுக்குத்தாம் பொறித் தட்டியிருக்கு. ஏம்னா, இவன் ஏற்கனவே அந்த இடத்தை அளந்து பார்த்திருக்காம்லா, அதனால இடத்து, தென் வடலும் கெழ மேற்கு அளவும் தெரிஞ்சிருக்கு. அதை வச்சு பாத்தா, இது தாப்பாயிருக்கேன்னு சந்தேகம் வந்துட்டு. பிறகு பழைய ரெக்கார்டைலாம் திறந்து பார்த்து கண்டுபிடிச்சிருக்காம்...”

“அந்த எழவ கூட சரியா பாக்காம என்ன எடத்தை முடிச்சானுவோ?”

“என்னத்த பாத்தானுவளோ? பெறவு அவசர அவசரமா எல்லாத்தையும் மாத்தி திரும்பவும் ரிஜிஸ்தரு பண்ணிருக்காவோ?”

“அட ஆக்கங்கெட்டவனுவளா?”

“லெச்சணம் இப்படியாங்கும் இருக்கு?”

“வெளங்குனாப்லதாம்...”

திடீரென்று வெயில் மறைந்து நிறம் மாறியது மேகம். கரும்புத்தூர் போல கீழ்வானம் வேகவேகமாக மாறிக் கொண்டிருந்தது. ஈரக்காற்று வீசத் தொடங்கியது. மழைதான் வரப்போகிறது. மேற்கே, மலையாடிவாரத்தில் மழை பெய்யலாம்.

"என்னடே ராமசாமி, வீட்டுக்குப் போயிருமா? ஓரமா நின்னுக்கிடுமா?"

"இங்ஙன நின்னா நனைஞ்சிருவோம். வாரும், டீ கடைக்கு போயிருவோம்" என்று வண்டியை எடுத்தார்.

அங்கு போய்ச் சேரவும் மழை சடசடவெனக் கொட்டத் தொடங்கியது. ஓங்கி ஓங்கி ஓசை எழுப்பும் காற்று, மழையைக் கடைக்கு வெளியே போட்டிருக்கிற கொட்டகைக்குள் இழுத்து வந்தது. அங்கே பேருந்துக்கு காத்திருக்கிற நான்கைந்து பெண்கள் நனைந்துவிடாதபடி ஒதுங்கி நின்றார்கள். உட்கார்வதற்காகக் கட்டப்பட்டிருந்த திண்ணையைத் தண்ணீர், முழுவதுமாக நனைத்திருந்தது. ஊர் இருட்டாக மாறிவிட்டது. சிறிது நேர மழைக்கே ரோட்டோரத்தில் தண்ணீர் ஆறாகி இருந்தது. திடீரென குளிர்காற்று வீச, இரண்டு கைகளையும் உடலோடு ஒட்டி வைத்துக் கொண்ட ராமசாமி, "ரெண்டு டீ போடுடே" என்றார்.

13

"ஓம்ம பேரன் குத்தாவுக்கு ஒரு பொண்ணைப் பாத்து கெட்டி வச்சா என்னடே?" என்று கேட்டார், பண்டாரம். சாமி கொண்டாடி. நீண்ட தாடி மற்றும் ஜடை முடிகளுடன் அலைபவர். தெப்பக்குளத்தில், கால் கழுவ வந்தவர் இவரைப் பார்த்ததும் கேட்டார். பனஞ்சாடிக்கும் அவருக்கும் பெரிய வயது வித்தியாசமில்லை. அவர் வெடுக்கென்று இப்படி கேட்டது ஒரு மாதிரியாக இருந்தது. அவர் இதுபோல் கேட்பவரல்ல.

"பாத்துட்டே இருக்கேன். ஒண்ணும் அமைய மாட்டேங்கு?"

"பெயலுக்கு வயசு என்ன இருக்கும்?"

"முப்பதுகிட்ட நெருங்குது"

"காலாகாலத்துல அதைலாம் பண்ணிரணும் பாத்துக்கெ"

"நீரு சொன்னா, ஏதாது காரணம் இருக்குமே?"

"காரணத்தோடதாம் சொல்லுதேம்"

"என்னதும் எழவ இழுத்துட்டானா..?"

"இழுத்துரக் கூடாதுல்லா... தெருவுல பொம்பளையோ பேசிக்கிடுதகைக் கேட்டேன்"

"புரியுது... புரியுது" என்ற பனஞ்சாடி, பட்டா விவகாரத்தை

விட்டுவிட்டுப் பெண் பார்ப்பதைத் தீவிரப்படுத்த வேண்டும் என்று முடிவெடுத்தார்.

“நாலு நாளைக்கு முன்னால, மத்தியானம் போல மழை பெஞ்சிருக்கு. ஆத்துக்குள்ள பொம்பளையோ குளிச்சிட்டிருந்திருக்காவோ. மாடுவள ஆத்தோரமா பத்திவிட்டுட்டு...”

“புரிஞ்சுட்டு, அதோட விடும்”

“நம்ம காலம் மாரியா இருக்கு, இப்பம்”

“சொந்தக்காரவோட்ட சொல்லியிருக்கென். ஒண்ணும் அமையமாட்டேங்கு. ‘மாப்பிள்ளை மாடா மேய்க்காரு?’ன்னு கேக்கவோ, பெறவு எட்டிகூட பாக்க மாட்டங்காவோ. கொஞ்சம் சொத்து பத்து இருந்தா கூட பரவாயில்ல...?”

“வச்சு கஞ்சி ஊத்துவானான்னு இப்பம் யாரு பாக்கா? நீட்டிட்டு அலையணும்னுதான பொம்பளை பிள்ளேலும் நினைக்குவோ”

“ம்ம். இப்பம்தான் எல்லா பிள்ளைலும் படிக்க ஆரம்பிச்சுட்டுவள... அதுவோளுக்கு மாடு மேய்க்கது எளக்காரமாதாம் இருக்கும்”

“தெக்கூர்ல ஒரு பிள்ள இருக்கு, பாத்துருமா?”

“இது என்ன கேள்வி? ஒமக்கு இல்லாத உரிமையா? கேளும். பேசி முடிச்சா கூட சந்தோஷம்தாம்”

“ஏற்கனவே தாலி கட்டுன பிள்ளதாம். கல்யாணம் முடிஞ்ச கொஞ்ச நாள்லயே புருஷக்காரன் போயி சேர்ந்துட்டாம். நல்ல பிள்ளைன்னு சொன்னாவோ”

“அதைப் பத்தி ஒண்ணுமில்ல. போட்டதை கூட போடட்டும். பொண்ணு கெடச்சா போதும்னுல்லா ஆயிப்போச்சு”

“பேசிரட்டுமா? அவன்ட்ட ஒரு வார்த்தைக் கேட்டுக்கிடுதியா?”

“அவன்ட்ட சொல்லிக்கிடலாம், பேசுங்கெ. நீரு அவன பாத்தாலும் சொல்லும்”

பனஞ்சாடிக்குப் புது கவலை, தேடி வந்து உட்கார்ந்து கொண்டது. பீடியைப் பற்ற வைத்துக்கொண்டார். தனது

காலத்தில், வேலையை பார்த்து யார் பெண் கொடுத்தார்கள்?. 'நம்ம சொந்தம்லா' என்றுதான் கல்யாணமே நடந்தது. பனஞ்சாடி அப்படித்தான். அத்தை மகளைக் கட்டினார். அவர்களும், தொழுவு வேலைகளை விரும்பியே செய்தார்கள். அது சாதாரண வேலையும் இல்லை.

தெருவில் கிடக்கும் சாணியையும் ஆட்டுப்புழுக்கைகளையும் கூட இன்று யாரும் அள்ளுவதில்லை. கீழே கிடந்தால் ஒதுங்கி நடக்கிறார்கள். பனஞ்சாடியாலோ, அவனையொத்தவர்களாலோ அப்படி நடக்க முடியாது. அல்லது அவன் மனைவி லட்சுமியும் தான் அப்படி விட்டுவிடுவாளா? சின்ன வயதில் மாடு மேய்க்கும் செவத்த நம்பி, சாணியை அள்ளிக்கொண்டு போகும் விதம் ஞாபகத்துக்கு வந்தது.

இடது கை கக்கத்தில் மாட்டுக்கம்பை வைத்துக்கொண்டு, ஒரு கையில் சாணத்தை, ஆஞ்சநேயர், சஞ்சீவி மலையைத் தூக்கிக்கொண்டு போவது போல வைத்தபடி, அவர் நடந்துவரும் அழகே தனிதான். மந்தைக்கு அருகில் அவர் அப்படி வருவதை அடிக்கடிப் பார்த்திருக்கலாம். அங்குதான் அவருக்கு எருக்கெடங்கு இருந்தது. வரும் போது இன்னும் சாணி கிடந்தால் கையில் வைத்திருக்கும் சாணியை அதில் போட்டு, மொத்தமாக மணலோடு உருட்டி கையில் ஏந்திக் கொண்டு வருவார்.

ஒரு முறை அப்படி கொண்டு வந்த சாணியை, குடும்ப பிரச்னை காரணமாக ஏற்பட்ட சண்டையை அடுத்து, அவரது மச்சினன் மீது வீசிய கதையும் ஞாபகத்துக்கு வந்தது.

குத்தாவுக்குப் பெண் தேடுவதை இன்னும் தீவிரப்படுத்தலாம் என நினைத்த பனஞ்சாடி, ஊரில் இருக்கும் சொந்தத்துக்கு ராத்திரி ஃபோன் போட்டுப் பேச வேண்டும் முடிவு செய்தார்.

14

“நம்ம மாரி பய, காங்கிரசு, காங்கிரசுன்னு உயிரை விட்டுட்டு கெடந்தான். இப்பம் என்னல, காவிய கெட்டிட்டு அலைஞ்சிட்டிருக்காம்?'' என்று கேட்டான் டீ கடை சுடலை. கடையில் டீ குடித்துக் கொண்டிருந்த பெருமாள், “அவன் தெருநீவே கட்சி மாறி ஒரு வாரமாச்சு... நீ இப்பம் போயி கேக்கெ?” என்றார்.

“நானும் இங்கதாம் இருக்கேன். எனக்கு தெரியாம எப்பம்டே?”

இது ஒரு பக்கம் காரசாரமாகப் போய்கொண்டிருந்தபோது, பனஞ்சாடியிடம், ”வீடு கட்டி எத்தனை வருஷமாச்சி?” என்று கேட்டான், துரை. ஊரில் புதிதாக ரியல் எஸ்டேட் தொழில் செய்து வருபவன். வடக்கூர் செல்லும் வயல்களை மனைகளாக்கி, ஆட்களிடம் தள்ளி விட காத்திருப்பவன். சுடலை கடையில் டீயை குடித்துக் கொண்டே கொஞ்சம் சத்தமாகவே கேட்டான்.

“இடத்தை புடிச்சு ரொம்ப வருஷமாச்சு. வீட்டை ஒரு அஞ்சாறு வருஷத்துக்கு முன்னால கட்டிருப்பேன்னு நெனய்க்கேன். சரியா ஞாவத்துக்கு வரலை'' என்றார் பனஞ்சாடி.

“ஒண்ணுங் கவலப்படாதீரும்... இதுக்கு ஒரே வழிதாம் இருக்கு?”

“என்னது?”

“வீட்டைக் கட்டி அஞ்சாறு வருஷமாச்சுன்னா, பஞ்சாயத்து தலைவர்ட்ட சொல்லும். இப்பம் நம்ம ராசாதான, தலைவரா இருக்காரு. சொல்லும்யா. வீட்டுக்குத் தீர்வைய போட்டு ஒரு ரசீதை கேளும். அது கெடச்சுட்டா போதும். பட்டாவ வாங்கிரலாம்”

“அப்பம், எம் மவன்ட்ட கேட்டுக்கிடுதேன், கெட்டி எத்தனை வருஷமாச்சுன்னு...” என்று பையில் கிடந்த செல்போனை எடுத்து, ”இந்தா இந்த போன்ல அவம் நம்பரை போட்டுத்தா” என்றார்.

“இதை போயி கேக்க போறேராங்கும்? யோவ், சும்மா சொல்லும்யா, அஞ்சு வருஷமாச்சுன்னு... நீரு பொய் சொல்தேருன்னு வந்து பாத்துட்டா இருக்கப் போறாவோ?”

“இல்ல, மொறன்னு ஒண்ணு இருக்குல்லா?”

“ஆமா, எல்லாம் மொறப்படிதான இங்க நடக்கு? அப்படி நடந்தா ஒமக்கு பட்டா கிடைச்சிருக்கணுமே? போரும்யா, போக்கத்தவரே...” என்று சிரித்துவிட்டு, டீயை உறிஞ்சினான். கடையில் இருந்த வேலுவைப் பார்த்து புன்னகைத்தபடி, “இவரு இப்படி இருந்தார்னா, தகரகொட்டாயி போறவரைக்கும் பட்டாவ வாங்க முடியாது” என்றான்.

“ஆங்...”

“நான் சொல்லுத மாதிரி செய்யும். இதுக்கு போட்டு ரொம்ப மண்டைய பிய்க்காண்டாம், கேட்டேளா?”

“ஆ(க)ட்டும்...”

“ஆட்டும் ஆட்டும்னு தலைய ஆட்டுனா மட்டும் போதாது”

“தலைவரு ராசாவுக்கும் நமக்கும் கொஞ்சம் ஆவாது பாத்துக்கெ. இதுக்கு போயி அவன்ட்ட நின்னா, நல்லாவா இருக்கும்னு பாக்கென்”

“நமக்கு பசின்னா, நாமதான சாப்புடணும். ஒமக்கு ஆயிரம் பிரச்னை இருந்தாலும் இப்பம் அவரு தலைவருல்லா...”

“சர்தாம்”

"இதுதாம் வழி. இதை விட்டுட்டு ரொம்ப போட்டு முண்டாதீரும். பட்டா கெடச்சிரும்" என்று சொல்லிவிட்டு பைக்கை ஸ்டார்ட் செய்தான். அவருக்கு ஒரு பிரச்னை தீர்ந்த மாதிரி இருந்தது.

துரை சொன்ன மாதிரி, தலைவர் ராசா, ஒன்றும் சொல்லவில்லை. முன்பகை எதையும் மனதில் வைத்துக்கொள்ளாமல், எதையோ எழுதி தாலுகாபீஸுக்கு அனுப்பிவிட்டதாகச் சொன்னான். அவன் அனுப்பியதைத் தான் பார்த்தாக அவனுடன் வேலைபார்ப்பவனும் சொன்ன பிறகு நம்பிக்கை இன்னும் அதிகரித்தது.

இது நடந்து ஆறு மாதமாகியும் பட்டா பற்றிய தகவல் இல்லை. இன்னைக்கு வந்திரும், நாளைக்கு வந்திரும் என்று நினைத்துக் கொண்டிருந்தவருக்கு வேசடையாக இருந்தது. உடல் வேறு, முன்பு போல் இல்லை. வயதானதால் ஏற்பட்ட தளர்ச்சி காரணமாக, கை கால்களில் நடுக்கம் அதிகமாகி இருக்கிறது. இந்தக் கவலையே அவரைக் கொன்றுவிடும் போலிருக்கிறது. கண் பார்வையும் மங்கலாகி வருகிறது. ஆனாலும் கம்பு இல்லாமல் நடக்க முடிகிறது.

கடந்த சில நாட்களாக, தனது பழைய கூட்டாளிகளைப் பார்க்க வேண்டும் என்று தோன்றுகிறது, அவருக்கு. கந்தன் மட்டும்தான் இப்போது உயிரோடு இருக்கிறார். தீ, வசதி எல்லாம் போய் சேர்ந்துவிட்டார்கள். கந்தனால் நடக்க முடியாமல் போய்விட்டது. வீட்டைவிட்டு வெளியே வருவதையும் நிறுத்திவிட்டார். இவர்தான் போய் பார்த்துப் பேச வேண்டும்.

திடீர் திடீர் என்று சுடலி பற்றிய ஞாபகமும் அவருக்கு வந்து போகிறது. அது அவரது பிராயத்துக் காதலி. அவளின் மஞ்சள் பூசிக் குளிக்கப்பட்ட முகமும் அதில் தெறிக்கும் புன்னகையும் உள்ளி வயலில் அந்தக் காலத்தில் அவள் கொடுத்த முத்தமும் அவருக்கு அடிக்கடி ஞாபகம் வருகிறது. அவளைப் பார்க்க வேண்டும் போலிருக்கிறது.

பக்கத்தூரில்தான், கடைக்குட்டி மகன் வீட்டில் இருக்கிறாள். அவளது பேரப் பிள்ளைகளுக்குக் கூட திருமணம் ஆகிவிட்டது. சமீபத்தில் அவள் இருக்கும் ஊரில் நடந்த உறவினர் திருமணத்தின் போது, அவள் வீட்டுக்குச் சென்றிருந்தார் பனஞ்சாடி. அவள்தான், வீட்டுக்கு அழைத்துச் சென்றாள். காப்பி போட்டுக் கொடுத்தாள்.

மகனின் வீட்டுக்கு எதிரிலேயே அவளுக்கு, ஓர் அறையுடன் கூடிய சிறிய குடிசை. வாசலின் இடது பக்கம் பெரிய பூவரச மரம் நிழல் பரப்பி நிற்கிறது. மரத்தில் இருந்து விழுந்து கிடக்கிற மஞ்சள் பூக்கள், வாசலுக்கு அழகைச் சேர்க்கின்றன.

வெளியே திண்ணையைக் கொண்ட அந்தக் குடிசையிலிருந்து இருவரும் பேசினார்கள். சிரித்தார்கள். அவர்கள் காதலித்த போது நடந்த விஷயங்கள் ஞாபகத்துக்கு வந்தன. அக்கம் பக்கம் யாருமில்லை என்பதைத் தெரிந்து கொண்டு, அதை ஒவ்வொன்றாகச் சொல்லிச் சொல்லி, சிரித்தார்கள். பிறகு மவுனமானார்கள்.

சுடலிதான் இப்போதும் வெட்கப்பட்டாள். அதைப் பேசுவதைத் தவிர்ப்பதாக, அவள் நடந்து கொண்டாலும் இன்னும் பேசு என்பதாகவே அவளது புன்னகையும் பார்வையும் இருந்தது. அங்கேயே, அவளுடனேயே இருந்து விடலாம் என மனம் நினைத்தது.

அப்போது, கீழபத்து பனங்காட்டில் ஆடு மேய்த்துக் கொண்டிருந்தார்கள் பனஞ்சாடியும் அவளும். பனங்காடு தாண்டி வாய்க்கால். அதை அடுத்து தாமரை குளம். ஆடுகளைப் பனங்காட்டுக்குள் பத்திவிட்டு, அவளுக்குத் தாமரைப் பூ பறித்துக் கொடுத்தார் பனஞ்சாடி. உச்சிவெயில் நேரம். தாமரைக் குளத்தின், முக்குக் கரையில் சிறிய பொத்தை. ஆட்கள் யாருமற்றப் பொத்தை. ஓணான்களும் பாம்புகளும் கீரிகளும் கருவாலிகளும் மனிதர்களுக்குப் பயந்து பதுங்கி வாழும் பொத்தை அது. அதன் கிழக்குப் பக்கம்இரண்டு பாறைகள், ஒன்றையொன்று தாங்கிக்கொண்டு நிற்பது போல சாய்ந்து நிற்கிறது. அதற்குக் கீழே மணல் நிறைந்த தரை. எப்போதாவது தூக்குச் சட்டியில் கொண்டு போகும் மதிய சாப்பாட்டை அங்கு உட்கார்ந்துதான் சாப்பிடுவார்கள்.

திடீரென்று அடித்துப் பிடித்தது, கோடை மழை. ஒரு நொடியில் வானம் கருநிறத்துக்கு மாறி, கொட்டோ கொட்டென்று கொட்டியது. ஆடுகளை அப்படியே விட்டுவிட்டுப் பொத்தைக்கு ஓடினார்கள். நிற்காத மழை, தொடர்ந்து பெய்து கொண்டே இருந்தது. வரப்புகள் தண்ணீரில் மிதக்கத் தொடங்கின.

மணல் நிறைந்து கிடக்கும் இடத்தில் ஒதுங்கியிருந்தார்கள். யாருமற்ற அந்த இடத்தில் நெருங்கி நின்றுகொண்டார்கள்.

வெயிலின் சூட்டைச் சேமித்து வைத்திருந்த பொத்தை, இந்த மழை குளிருக்கு வெப்பத்தைக் கக்கியது. அவர்களுக்கு அங்கு நிற்பது சுகமாக இருந்தது. வயக்காட்டுத் தனிமை. கொட்டும் மழை. பொத்தை தரும் வெக்கையின் கதகதப்பு. மூன்று கல் வைத்த அவளது மூக்கத்தியும் பூனை முடிகள் சிலிர்க்கும் அவள் கன்னங்களும் தரை பார்த்து ஏங்கும் கண்களும் அவரைக் கிறக்கின. பனஞ்சாடி, அவள் கையை மெதுவாகத் தொட்டார். அவள் மறுக்கவில்லை. முதன் முதலாக அங்கு நடந்தது, சுகமான உடற்போர். பிறகு இரண்டு மூன்று முறை அதே இடத்தில் தொடர்ந்தது. ஆனால், குடும்ப சண்டைக் காரணமாகக் கல்யாணத்துக்குச் சம்மதிக்கவில்லை, அவள் வீட்டில். பனஞ்சாடியுடன் ஓடி வந்துவிட அவளுக்குச் சம்மதம்தான். ஆனால், அவளது அப்பா, கட்டாயப்படுத்தி இந்த ஊருக்கு கட்டிக் கொடுத்துவிட்டார். பழங்கதை நினைவுக்குள் உருண்டு, ஏக்கத்தைத் தந்தது.

"நீ ஊரெ விட்டு போயிட்டாலும் தெனமும் கண்ணாடிப் பாத்தம்னா, உன் ஞாவம் வந்துருதுல்லா..." என்று சொல்லிச் சிரித்தார் பனஞ்சாடி. சுடலி, வெட்கப்பட்டச் சிரிப்புடன், "போங்க" என்று முகத்தை மூடிக் கொண்டாள்.

பனஞ்சாடியின் நெற்றியில் இப்போதும் அந்தத் தழும்பு இருக்கிறது. ஆள் யாருமற்ற ஒரு பொழுதில் அவளை, அவர் பொத்தைக்கு அழைத்தார். மறுத்தாள் அவள். விரட்டினார் அவர். "கல்லை கொண்டி எறிஞ்சுருவேன்" என்று பொய் கோபம் கொண்டு எறிந்தாள், சுடலி. கல் கொஞ்சம் வேகமாகவே வந்துவிட்டது. அவர் விலகியிருக்க வேண்டும். நெற்றியைப் பதம் பார்த்து விட்டது, அந்தக் கூரானக் கல். இடது கண்ணுக்கு மேல் பட்டு, ரத்தம் கொட்டியது. சுடலிக்கு அழுகை வந்து விட்டது. "தெரியாம பண்ணிட்டேன், பண்ணிட்டேன்" என்று அவரிடம் மன்னிப்புக் கேட்டாள். பிறகு பக்கத்து டவுணுக்கு அழைத்துச்சென்று மருந்து வைத்து கட்டினார்கள் பனஞ்சாடிக்கு. காயத்தை ஏற்படுத்தியதற்காக, மீண்டும் ஒரு முறை அந்தப் பொத்தையில் நடந்தது பரிகார போர். காயம் ஆறி விட்டாலும் தழும்பு மாறவேயில்லை.

சுடலி, மெலிதாகப் புன்னகைத்துக்கொண்டே இருந்தாள்.

"எம் மவம் கல்யாணத்துக்கு வந்துட்டு, போட்டாவுல

கூட நிய்க்காம ஓடி போயிட்டியோ.. நானும் எத்தென தடவை கூப்ட்டேன்?" என்றாள் சுடலி. அந்தக் கல்யாணம் நடந்து பல வருடமிருக்கும்.

"எனக்கு ஒரு மாரியா இருந்தது"

"ஏம், ஒரு மாரியா இருக்கணும்?' நானும் நிறைய மட்டம் வந்து கூப்டுக்கிட்டு இருந்தா, அக்கம் பக்கத்துல உள்ளவோ ஏதும் நெனப்பாவோன்னுதான் ரொம்ப அழுத்தல"

"சர்தாம். போட்டோவுல விழுந்து நா என்ன செய்ய போறம்னு நெனச்சேம். அதாம் வரலை"

"ஏம், நான் தெனமும் இந்த மூஞ்சை, போட்டாலயாது பாத்திட்டு இருந்திருப்பம்லா" என்று சுடலி சொல்லவும் அவளைத் திரும்பிப் பார்த்தார். அவரை அறியாமலேயே கண்ணீர் வடியத் தொடங்கியது. அதற்கு மேல் ஒரு வார்த்தை பேசவில்லை அவர்.

"போமா? ரொம்ப நேரமாச்சு வந்து" என்று கல்யாணத்துக்கு வந்தவர்கள், அவரைத் தேடி வந்து அழைத்தபோதுதான் சுய நினைவு வந்தது. "நீயும் ஒரு நா என் வீட்டுக்கு வா சுடலி, காத்திட்டிருப்பேன்" என்று அவளிடம் சொல்லிவிட்டு எழுந்தார், பனஞ்சாடி. தலையை ஆட்டி சம்மதம் தெரிவித்தாள் அவள்.

இளமை தொலைத்த காதல் ஒன்று, தள்ளாடி தள்ளாடி நடந்தது.

15

நெருங்கிய சொந்தங்களுக்கு மட்டும் பனஞ்சாடி போய் பத்திரிகை கொடுத்துவிட்டு வந்தார். ராமசாமியின் வண்டியில் இரண்டு பேரும் சென்று விட்டு பேசிக்கொண்டு வந்தார்கள்.

அலையாய் அலைந்து குத்தாவுக்குப் பெண் பார்த்தாகிவிட்டது. “இவனுக்கு பொண்ணு பாக்கதுக்குள்ள காஞ்சு கருவாடா போயாச்சு” என்றார் ராமசாமி கொண்டாடி.

“பொண்டாட்டியா வாரவளுக்கு மாடு மேய்க்கது கேவலமால்லா இருக்கு” என்றார் ராமசாமி.

“பொண்ணுக்கு மூல நட்சத்திரம். அப்பம், ஆத்தா இல்லாத மாப்பிள்ளைய தேடிட்டு இருந்திருக்காவோ. ஒண்ணும் கிடைக்கல. ரெண்டாம் தாரம் வேறயா... பிள்ளைக்கு வேற வயசாயிட்டே போயிட்டிருக்கு. இந்தப் பொருத்தம் சரியா இருந்ததால, இதுக்கு மேல காத்திருக்காண்டாம்னு முடிச்சாச்சு”

புதிதாகக் கட்டப்பட்டிருக்கிற, ஊர் கல்யாண மண்டபத்தில், குத்தாவுக்குக் கல்யாணம். ஊருக்கு, அழைப்பு மட்டுமே. வெளியூர் சொந்தங்களுக்கு மட்டும் பத்திரிகை. செலவுகளுக்கு, குத்தா வைத்திருந்த கொஞ்ச பணத்தைக் கொடுத்தான். இசக்கியிடம் கொஞ்சம் வட்டிக்கும் பணம் வாங்கியாகி விட்டது.

புது வேட்டி, சட்டை மற்றும் துண்டோடு, வாசல் அருகே

சேரில் உட்கார்ந்திருந்தார் பனஞ்சாடி. அருகில் வெற்றிலைத் தாம்பூலம். அவருடன் பண்டாரமும் ராமசாமியும் வெற்றிலையைப் போட்டு உதப்பிக் கொண்டிருந்தார்கள்.

பண்டாரம் அடிக்கடி வெற்றிலைப் போடுபவர். பனஞ்சாடி, பீடி குடிப்பவர் என்பதால் வெற்றிலைப் பக்கம் போவதில்லை. எப்போதாவது இப்படி கல்யாணம் காட்சி என்றால்தான் போடுவார். சவைக்கும்போது வலது உதட்டின் ஓரத்தில் வடியும் சாறை, கையால் இழுவித் துடைத்துக் கொண்ட பனஞ்சாடி, இடுப்பு வேட்டியை ஒரு கையால் பிடித்துக் கொண்டு, ஓரமாகப் போய்த் துப்பிவிட்டு வந்து விருந்தாட்களைக் கவனிக்கச் சென்றார். மீசை முடிகளில் வெற்றிலைச் சாறு தெறித்துப் பனித்துளி போல தொங்கிக்கொண்டிருந்தன.

பண்டாரம், "ஒரு வழியா குத்தா சோலிய முடிச்சாச்சு" என்றார், வெற்றிலையில் சுண்ணாம்பைத் தடவிக்கொண்டே.

"என்னத்த முடிச்சாச்சு. இனும குத்தாதான், ஒழுங்கா சோலிய பாக்கணும்" என்றார் மேலதெரு கொத்தனார்.

"இந்தப் பொண்டாட்டியோளியளுக்கு பொண்ணு பாக்கதுக்கு, என்னா அலை அலைய வேண்டியிருக்கு" என்ற பண்டாரம் மீசையைத் தடவிக்கொண்டார்.

மாப்பிள்ளை குத்தா, யாரையோ அழைத்துக்கொண்டு அவர்களைத் தாண்டி சென்றுகொண்டிருந்தான். அருகில் பனஞ்சாடி இல்லாததைக் கவனித்த கொத்தனார், அவனை அழைத்து, "ஏய், சாணைப் புடிச்சு வச்சிருக்கியா? சும்மா போட்டிருக்கியா?" என்றார், சிரித்துக்கொண்டு.

"போரும்யா, ஒமக்கு வேற வேல கழுதை கெடயாது" என்று சொல்லிவிட்டு வேகமாகப் போனான், குத்தா.

"அதெல்லாம் சாணைப் புடிச்சிருப்பாம். அவம் என்ன ஒண்ணுந் தெரியாத பயலா?" என்ற பண்டாரம், வெற்றிலையை உதப்பிவிட்டுப் புன்னகைத்தார். சாறு உதட்டின் ஓரத்தில் வடிந்து வெளியே சிந்த தயாராகி இருந்தது. அதைத் துண்டின் நுனியால் துடைத்துக்கொண்டு, சவைத்தார். அருகில், கல்யாணத்துக்கு வந்த பெண்கள், இவர்கள் ஆபாசமாகப் பேசுவதாக நினைத்துக்கொண்டு, "பக்கத்துல பொம்பளைலு நிக்கி, பாத்துப் பேசும்யா?" என்றாள் ஒருத்தி.

“யாரு, கிட்ணன் பொண்டாட்டியா? ஆமாமா. பாத்துதாம் பேசணும். ஏம்னா, ஒனக்கு ஒண்ணும் தெரியாதுல்லா? நேத்துதான சமைஞ்சிருக்கெ?” என்றார் பண்டாரம் கிண்டலாக.

“இவருக்கு ஆளு லேவு தெரியாது. எங்க வந்தாலும் இந்தப் படுக்காளிப் பேச்சுதான்” என்று சொல்லிவிட்டு நகர்ந்தாள், அவள்.

பிறகு, “இப்பம்லாம் கல்யாணம் முடிக்கது லேசுபட்ட காரியமில்ல, பாத்துக்க” என்றார் பண்டாரம்.

“பொண்ணைத் தேடுததுக்குள்ள உசுரு போயி, உசுரு வந்துருது”

“கல்யாணம்னா, சும்மாவா? நம்ம காலம் மாரியா இப்பம்லாம்”

“பயலுவோள, இவ்வளவு வயசு வரைலாம் காயப்போட்டிருக்கக் கூடாது, கேட்டியா?”

“சரிதாம்”

“எங்க காலத்துலலாம், மீசை முளைக்கதுக்குள்ளயே முடிச்சு வெச்சுட்டாவோ”.

தங்கள் கல்யாணக் கதைகளைப் பனஞ்சாடியும் பண்டாரமும் பேச, ராமசாமியும் சேர்ந்துகொண்டார்.

பனஞ்சாடிக்குத் திருப்தி. வாழ்க்கையில் பெருங்கடன் ஒன்றைத் தீர்த்து விட்டோம் என்கிற நிம்மதி அவருக்குள் சுழன்றது. இனி, குத்தா பற்றிய ஆவலாதி ஏதும் வராது என நினைத்தார். இனி தானுண்டு, ஆடு, மாடு உண்டு என்று இருப்பான் என முடிவு செய்துகொண்டார்.

தாலுகாபீஸுக்கு புதிய தாசில்தார் வந்திருப்பதாக, டீ கடையில் பேசிக் கொண்டார்கள்.

“ஆளு நல்லவராம்லா..” என்றான் கொத்தனார் முருகன்.

“புதுசா வார எல்லாரும் அப்படித்தாம்ல இருப்பாவோ, நம்ம பாக்காததா?” என்றான் டீ கடை சுடலை.

“அது யாருங்கெ? நம்ம கடையநல்லூராவுக்கு பேரனாம்லா” என்றான் பேப்பர் வாசித்துக்கொண்டிருந்த, பால் செல்லப்பா.

“மவா புள்ள பேரனாடே?”

“ஆமா. மதுரைல ஒரு மவா இருக்காலாம்லா. அவா மவனாம்...”

“அவம் வடக்க எங்கயோலா, வேலை பார்த்துட்டு இருக்காம்னு சொன்னாவோ. இங்க மாத்திருப்பாங்கன்னு நெனைக்கேன்...”

“சரியா போச்சு, அப்பம்னா பட்டா கிடைச்சாச்சு... கடையநல்லூராரைவைக்கூட்டிட்டுநாளைக்கேபோயிருவோம்” என்றார் ராமசாமி.

சில பல வருடங்களாக மண்டையை குடைந்துகொண்டிருக்கிற பட்டா விஷயம் விரைவில் முடிவுக்கு வரப் போகிறது என்கிற நினைப்பே, பனஞ்சாடிக்கு நிம்மதியைத் தந்தது. யாராலும் முடியாத ஒரு விஷயம், இப்போது நடக்கப் போகிறது என்றதும் சுகமாக இருந்தது. எத்தனை அலைச்சல். எத்தனை எரிச்சல்! என்னா வேசடை!

கடையநல்லூராள், “எம் பேரையும் நம்ம ஊரையும் சொல்லும்யா போதும். அவம் செஞ்சு தருவாம், எல்லாத்தையும். இந்தா ஒரு போனை போட்டிருதேன்” என்று சொல்லிவிட்டுப் பேசினாள்.

பிறகு பனஞ்சாடியிடம் கொடுத்துப் பேசச் சொன்னாள். அவர் பட்டாவுக்கு அலைந்த கதைகளைத் தொடக்கத்தில் இருந்து ஒவ்வொன்றாகச் சொன்னார். அனைத்தையும் கேட்ட அவர், ‘எல்லா வெவரத்தையும் எடுத்துக்கிட்டு, திங்கக்கிழமை காலைல ஆபீஸுக்கு வாங்களேன். முடிச்சிருவோம்” என்று சொல்லியிருந்தார். பனஞ்சாடிக்கு மகிழ்ச்சி.

16

தாலுகாபீஸுக்கு ராமசாமியுடன் சென்றிருந்தார் பனஞ்சாடி. ஏகப்பட்டக் கூட்டம். ஊர்க்காரர்கள், நான்கைந்து பேர் நின்றிருந்தார்கள். மேல்பக்கம் போலீஸ் ஸ்டேஷன். அதற்கடுத்து நீதிமன்றம். கருப்பு உடை அணிந்த நான்கைந்து வக்கீல்கள் டீ கடை தாண்டி சென்று கொண்டிருந்தார்கள். கைவிலங்கிடப்பட்டிருந்த அழுக்குச் சாரம் அணிந்திருந்த வாலிபன் ஒருவனை ஏட்டு தள்ளிக்கொண்டு போனார். போலீஸ் வேன் ஒன்று காம்பவுண்ட் சுவருக்கு வெளியே நின்றது. அதனருகில் இரண்டு பெண் காவலர்கள் சிரித்து சிரித்துப் பேசிக்கொண்டிருந்தனர்.

மேலத்தெரு கைலாசம், எதிரில் இருந்த மரத்தின் நிழலில் நின்று ஆவேசமாகப் பேசிக் கொண்டிருந்ததைப் பார்த்த பனஞ்சாடி, "ஏல இங்க என்ன செய்த?" என்று விசாரித்தார்.

"வாரிசு சர்டிபிகேட்டு வாங்க வந்தேம், மாமா. இப்பம் எல்லாத்துக்கும்லா சர்டிபிகேட்டு கேக்காவோ?"

"என்னமோ போங்கல, ஒரு எழவும் புரியமாட்டேங்கு, ஒங்க காலத்துல..." என்ற பனஞ்சாடி, "இந்த, பட்டா வாங்கதுக்கு வந்தேம், தாசிலுதாரை பாக்கணும்" என்று சொல்லியபடி அவனிடம் தலையாட்டி விட்டு, அலுவலகப் படியில் ஏற முயன்றார். வெறும் ஏழு படிகள்தான். பனஞ்சாடியால் முடியவில்லை. ராமசாமி, அவரைத் தாங்கிக் கொண்டார். பிறகு ஓரத்தில் இருக்கும் சுவரைப்

பிடித்துக்கொண்டு மெதுமெதுவாக நின்று நிதானமாக ஏறினார். அவருக்கு மூச்சு வாங்கியது. திடீரென்று கால் விண்ணென்று வலிக்கத் தொடங்கியது. உடலுக்குள் ஏதோ மாற்றம் நடப்பதை உணர்ந்தார். நெற்றியிலும் முதுகிலும் அதிகமாக வியர்க்கத் தொடங்கியது. லேசான மயக்கமாக வும் இருந்தது. பார்வை உள்ளே இறங்கிக்கொண்டிருந்தது.

ராமசாமி பதற்றமாகி, "என்னமும் செய்யுதோ? கீழ வேணும்னா உக்காருதேளா? தண்ணி வாங்கியாரட்டா?" என்றார். வேண்டாம் என்று தலையை ஆட்டிவிட்டு ஓரமாக நின்று கொண்டார். பொண்டாட்டிச் சொன்னது ஞாபகத் துக்கு வந்தது அவருக்கு. "ஒமக்கு என்ன, சின்ன பயன்னு நெனப்போ. காலும் கையும் ஆடுத ஆட்டத்தை பார்த்தனே" என்று சொன்னது ஞாபகத்துக்கு வந்தது. கிழமாகிவிட்டோம்தான் என்பதை ஒப்புக்கொண்டார். இவருக்கு இங்கு வைத்து ஏதும் ஆகிவிட்டால் என்ன செய்வது என்று ராமசாமிக்குப் பயம்.

படிக்கட்டுகள் ஏறி முடித்ததும் ஏதோ சாதித்துவிட்டது போல இருந்தது அவருக்கு. ஓரத்தில் கிடந்த சேரில் போய், அவராகவே உட்கார்ந்து கொண்டார். மூச்சு, முன்பை விட அதிமாக வாங்கியது. ''செத்த நேரம் இருந்துட்டுப் போவோம்'' என்று சைகையில் சொன்னார், ராமசாமி யிடம்.

உள்ளே, அலுவலகத்தில் ஒருவனிடம் பேசிக்கொண்டிருந்த அதிக மல்லிகைப் பூக்களைத் தலையில் வைத்திருந்த இளம்பெண் ஒருத்தி, கையில் எடுத்து வைத்திருந்த தண்ணீர் பாட்டிலை, அவசரத்துக்கு என்று கேட்டு வாங்கி வந்த ராமசாமி, பனஞ்சாடியிடம் கொடுத்தார். கொஞ்சம் குடித்தார் அவர். சிறிது நேரத்துக்குப் பிறகு உடல் சீரானது போல தெரிந்தது. நெஞ்சின் படப்படப்பு நின்றது. வியர்வை இல்லை.

"போதுமா, இன்னும் கொஞ்சம் குடிச்சுக்கிடும்" என்றாள், அந்த இளம் பெண்.

"போதுந்தாயி" என்ற ராமசாமி, நன்றி சொன்னார்.

"இதுக்குலாம் எதுக்கு நன்றி. தண்ணித்தான?" என்ற அந்த இளம் பெண், பாட்டிலை மூடிக்கொண்டு சென்றாள்.

உள்ளேயும் ஆட்கள் கூட்டம். அங்கும் இங்குமாக அலைந்து கொண்டிருந்தார்கள். தாசில்தார் அறைக்கு வெளியே நின்றிருந்த உதவியாளர், "ஸாரு, கொஞ்சம் பிசியா இருக்காரு, தூரப் போங்க. அங்க ஓரமா போயி நில்லும்..." என்று கூறிவிட்டு வேகமாகப் போனார். "இதுயென்ன மரியாதை இல்லாம பேசிட்டு போறாம்? அவ்வளவு எளக்காரமாவா இருக்கோம்'' என்று கோபம் வந்தது அவருக்கு.

"என்னடே, இந்தப் பய அவன் வீட்டு வேலைக்காரன்ட்ட பேசுத மாதிரி பேசிட்டுப் போறாம்..."

"இங்க அப்படித்தாம். அரசாங்க வேலைலா... இங்க வெள்ளாடும் வெவரமாதாம் தலையாட்டும், கேட்டேளா?"

அரை மணி நேரம் காக்க வைத்தார், உதவியாளர். ஏற்கனவே பார்த்த ஆட்களைக் கூட உதவியாளர் புதிதாகவே இன்றும் பார்த்தது, பனஞ்சாடிக்கு ஆச்சரியமாக இருந்தது. இருந்து இருந்து பார்த்துவிட்டு பொறுக்க முடியாமல், ராமசாமி போய், "நாங்க அவருக்குச் சொந்தக்காரங்கதாம். அவருதாம் வரச் சொல்லியிருந்தாரு... தாசில்தாரை பாக்கணும்'' என்றதும், "மொதல்லயே சொல்லியிருக் கலாய்யா? ஒங்க பேரு.." என்று சிரித்தபடி, விசாரித்தார் உதவியாளர்.

"மந்தையூருன்னு சொல்லும்" என்றதும் உள்ளே போனார் அவர். திரும்பி வந்து, "சார், கூப்பிடுதாங்க'' என்று அழைத்தார்.

போனார்கள். சம்பிரதாய விசாரிப்புகளுக்குப் பின், அவர் கொடுத்த மனு நகல்களைப் பார்த்தார். ஒரு ஜெராக்ஸ் காப்பியின் முன் பக்கத்தில் ஏதோ எழுதினார். எழுதிவிட்டு அது சரியாக இருக்கிறதா என்று பார்த்தார். பிறகு, மற்றொரு அதிகாரிக்கு ஃபோன் செய்தார். இந்த நகல்களை வைத்துக்கொண்டு ஏதோ நீண்ட நேரமாகப் பேசினார். உதவியாளரிடம், "முத்து, இதை சண்முகம் சார்ட்ட கொடுத்துரு'' என்று சொல்லிவிட்டு, ஓரமாக உட்காரச் சொன்னார், பனஞ்சாடியையும் ராமசாமியையும். அங்கு பழங்கால மரப் பெஞ்ச் ஒன்று இருந்தது. அதன் ஒரு ஓரத்தில் உட்கார்ந்தார்கள். இன்னும் சில நிமிடங்களில் பட்டா வந்து விடும் என்ற நம்பிக்கையே பனஞ்சாடிக்குச் சந்தோஷத் தைத் தந்தது. தாசில்தாருக்கு இளம் வயதுதான்.

பனிரெண்டு மணி வாக்கில், காபி வந்தது. தாசில்தாருக்கு வேண்டியவர்கள் என்றதால் இவர்களுக்கும் கொடுத்தார்கள். குடித்தார்கள். அவரைப் பார்க்க ஆட்கள் வருவதும் போவதுமாக இருந்தார்கள். இடையில் அவர் போனில் சிலருடன் பேசிக்கொண்டிருந்தார். மணி, ஒன்று என காட்டியது கடிகாரம். சாப்பிடும் நேரம் வந்ததும்தான் தாசில்தார், இவர்களைப் பார்த்தார். திடீரென்று ஞாபகம் வந்தவராக, அந்த சண்முகம் சாருக்கு ஃபோன் செய்தார். பேசினார்கள்.

"செத்த நேரத்துல ரெடியாயிரும்... சாப்ட்டுட்டு வாரீங்களா?" என்றார்.

தலையாட்டிவிட்டு ராமசாமியும் பனஞ்சாடியும் வெளியே வந்தார்கள். இறங்கி, மீண்டும் ஏறுவது கஷ்டமாக இருக்கும் என்பதால், அந்த அலுவலகத்தின் வெளியே, படிக்கட்டுக்கு அருகில் அவரை உட்கார வைத்தார், ராமசாமி. பிறகு எதிர்க்கடையில் ஆளுக்கு ஒரு தயிர்சாத பார்சலை வாங்கிவிட்டு வந்து பேசிக்கொண்டே படிகட்டுக்கு அருகில் இருந்து, சாப்பிட்டார்கள்.

"தயிரு சாதம்ங்காம்... என்னா புளிப்பு..." என்ற ராமசாமி, மிச்சம் வைக்காமல் தின்றார். கையோடு இரண்டு மோரிஸ் பழத்தையும் வாங்கி வந்திருந்தார். இருவரும் சாப்பிட்டார்கள். அலுவலகத்தின் ஓரத்தில் கழிவறை இருந்தது. கையை கழுவிவிட்டு, கீழ்பக்கம் வைக்கப்பட்டிருந்த கேனில் இருந்து தண்ணீர் பிடித்துக் குடித்தார்கள்.

ஆட்கள் அலுவலக வளாகத்துக்குள் அங்கும் இங்குமாக அலைந்து கொண்டிருந்தார்கள். இப்படி அலைந்து கொண்டிருந்தவர்களில் ஒருவராகத்தான் தானும் இருந்தேன் என்று நினைத்த பனஞ்சாடி, இப்போது தாசில்தார் அறைக்குள் சென்று அமரும் வாய்ப்பு கிடைத்திருப்பதை எண்ணி பெருமை கொண்டார். இந்தப் பெருமைக்காக அவர், கடையநல்லூராவுக்கு மனதுக்குள் நன்றி சொன்னார்.

இரண்டு, இரண்டரை மணி வாக்கில் பனஞ்சாடியும் ராமசாமியும் தாசில்தார் அறைக்குள் இருந்த பெஞ்சில் உட்கார்ந்தார்கள். தாசில்தார் இன்னும் வரவில்லை. உதவியாளர், இவர்களைப் பார்த்து செயற்கையாகப் புன்னகைத்தார். பிறகு, தொப்பை அதிகமாக இருந்த ஒருவரை அழைத்து வந்தார். இவர்களை ஏளனமாகப்

பார்த்தார், தொப்பைக்காரர். அவர் கையில் நான்கைந்து பழைய ஃபைல்கள் இருந்தன.

இவர்கள் அருகில் வந்த அவர், “ அவரு உங்களுக்குச் சொந்தம்னா, உடனே வந்திருவேளோ? எங்களுக்கு வேற வேலையில்லயா, உடனே தேடி கண்டு பிடிச்சு கொடுக்கதுக்கு? உங்களுக்கு முன்னால எத்தனை பேரு வருஷக்கணக்கா காத்திருக்காவோ...நாங்க என்ன சும்மாவா இருக்கோம்...” என்று கோபமாக முறைத்துவிட்டு முணு முணுத்தார். பனஞ்சாடிக்குக் கோபம் ஏறியது. எழுந்து ஏச முயன்றவரின் கையை அழுத்தினார், ராமசாமி.

“நாங்க கொடுத்தும், ரொம்ப வருஷமாச்சுல்லா?”

“அதுக்கு? நாங்க எப்ப கொடுக்கணுமோ, அப்பம்தான் கொடுப்போம்...இப்படி இங்க வந்து உக்காந்துகிட்டா, மத்த வேலைய யாரு பாப்பா?'' என்று சொல்லிவிட்டு கோபமாகவே சென்றார், தொப்பைக்காரர். அவர்தான் சண்முகம் சார் என்பது ஞாபகத்துக்கு வந்தது.

“என்னமோ இவம் அப்பம் வீட்டுலருந்து கொடுக்க மாரிலா பேசுதாம், பேதில போவாம்... அவனுக்குக் கோவத்தைப் பாத்தியா, கொள்ளேல போவானுக்கு? நாமல்லா நாயமா கோவப்படணும். இந்தக் கூதியுள்ள, எதுக்கு கோவப்படுதாம்?'' என்று சத்தம் கூட்டிய பனஞ்சாடியை, அமைதிப்படுத்தினார் ராமசாமி.

“பொறும் பொறும்... அவனுவோ, அதிகாரியோ. கோவப்படலாம். நம்ம கோவப்பட்டம்னா, வேலை நடக்காது. மூவாயிரம் ரூவால்லா, சும்மா போது அவனுக்கு. அந்த ரூவாய திணிச்சாதான பட்டாவ நீட்டுவானுவோ? நீரு, தாசில்தாருக்கு சொந்தம்னு வந்து நின்னா, ரூவா போச்சுல்லா?”

“இவனுவளோளுக்கு எதுக்கு கொடுக்கணும்?”

“அதெ பெறவு பேசிக்கிடுவோம்'' என்று ராமசாமி சொல்லவும் தாசில்தார் வந்தார். இவர்களைப் பார்த்து சிரித்துவிட்டு, அவரது இருக்கையில் உட்கார்ந்தார். உதவியாளரை அழைத்து, “நான் காலைல பேசுனேன். இவங்க மேட்டரு என்னாச்சுன்னு கேட்டுச் சொல்லுங்க?” என்றார்.

“ஸார் வந்து, டீட்டெய்லு விசாரிச்சுட்டு போயிருக்காரு ஸார்” என்ற உதவியாளர், இவர்கள் பக்கம் திரும்பி, பொய்யாகச் சிரித்தான்.

இதற்குள் தாசில்தாரைப் பார்க்கக் கட்சிக்காரர்கள், சிலர் வந்தார்கள். அவரிடம், “நீங்கதான, பட்டா விஷயமா, முந்தா நாளு எனக்கு எதிரா போராட்டம் பண்ணுனீங்க?” என்று கேட்டார்.

“ஆமா”

“நான்தாம் ஏற்கனவே தெளிவா விளக்கிட்டேன். அதைலாம் சரிபண்ணாம எப்படி பட்டா கொடுக்க முடியும், சொல்லுங்க? உங்க அரசியலுக்குள்ள என்னைய தேவையில்லாம இழுத்துவிடுதீங்க?”

அவர்கள் சிரித்தார்கள். அடுத்த மாதமும் அவரை எதிர்த்து போராட்டம் நடத்தப் போவதாகச் சிரித்துக்கொண்டே சொல்லிவிட்டு, சென்றார்கள். இன்னும் சிலர் வந்திருந்தார்கள். நான்கு மணி வாக்கில் காபி வந்தது. பனஞ்சாடியும் ராமசாமியும் டீ குடித்தார்கள். பிறகு தாசில்தார், உதவியாளரை அழைத்தார்.

“இவங்க மேட்டரு என்னாச்சுங்க?” குரலில் கொஞ்சம் கடுமை தெரிந்தது. உதவியாளர், “ரெடி பண்ணிருப்பார் சார், கேட்டுட்டு வாரேன்” என்று வேகமாக வெளியே போனார். சிறிது நேரத்துக்குப் பிறகு வந்து, ”ரெடியாயிட்டு இருக்காம் சார்” என்றார்.

பனஞ்சாடியும் ராமசாமியும் ஒருவரையொருவர் பார்த்துக்கொண்டனர். இதற்குள் வீட்டில் இருந்து நான்கைந்து முறை, ஃபோன் வந்தது. “சாப்பிட வரலையா?” என்று. பட்டா விஷயமாக வந்திருப்பதாகச் சொன்னப் பதிலை மீண்டும் சொல்லிக்கொண்டிருந்தார் பனஞ்சாடி.

இப்போது அந்த சண்முகம் சார் வந்து, தாசில்தாரிடம் ஏதோ பேசிக் கொண்டிருந்தார். அவர் கையில் சில ஆவணங்கள் இருந்தன. பனஞ்சாடிக்கு நிம்மதி. அப்பாடா, பட்டா வந்துவிட்டது என்று. ஆனால், இவர்களைக் கவனிக்காமல் அவர் வெளியே செல்லும்போது, “இவங்க மேட்டரு...” என்று சத்தமாகக் கேட்டார் தாசில்தார். காது கேட்காதது போல வெளியே சென்றுவிட்டார், அந்த சண்முகம் சார்.

மணி ஐந்தரை. உதவியாளர் "காரை ரெடி பண்ண சொல்லவா சார்?" என்று கேட்டுக் கொண்டிருந்தார், தாசில்தாரிடம்.

"இவங்க பட்டா...?" என்று மீண்டும் கேட்டார்.

"இன்னா, கேட்டுட்டு வாரேன்" என்ற உதவியாளரிடம், "கேட்டுட்டு வராண்டாம். அவரை, நா கூப்டேன்னு சொல்லுங்க" என்றார்.

வந்தார் அவர். கையைக் காட்டி, "இவங்க பட்டா.?"

"ஐயையோ, மத்த வேலைல பிசியா இருந்ததால, மறந்துட்டேன். நீங்க கெளம்பிட்டீங்கன்னா, போங்க சார். நா பார்த்துக் கொடுத்துடுதேன். இல்லனா, நாளைக்கு..."

"இல்ல. நா இங்கயே இருக்கேன். நீங்க ரெடி பண்ணுங்க" என்றார் தாசில்தார்.

அந்த சண்முகம் சாருக்கு வந்த எரிச்சல், முகத்தில் தெரிந்தது. அவர், இவர்களை ஓரக்கண்ணால் எரித்துவிடுவது போல பார்த்துவிட்டு வேகமாகச் சென்றார்.

இவர்களுக்கும் தர்மசங்கடமாக இருந்தது. தாசில்தார் சொல்லியும் இப்படி இருக்கிறார்களே... அவர் அதிகாரத்துக்கும் இதுதான் மரியாதையா? இவர்கள், யார் சொல்லி கேட்பார்கள்? என்று நினைத்தார்கள். வெளியே பனஞ்சாடி பீடி குடித்துக் கொண்டிருக்கும்போது, அங்கு இரண்டு பேர் பேசிக்கொண்டிருந்தது, ஞாபகத்துக்கு வந்தது.

"எல்லாம் யூனியனாங்கும். இங்க யாரு சொன்னாலும் கேட்க மாட்டாவோ. தாசில்தாரு சொன்னாலுமே இதுதாம் நெலம. தலைகீழா நின்னு தண்ணீ குடிச்சாலும் காசு இல்லாம, துண்டு பேப்பரு கூட நவுராது".

"அப்டிலாம் சொல்லாத... யூனியனுக்கும் இதுக்கும் என்ன சம்பந்தம்? அவ அவம் போக்குக்கு வேலை பாக்காவோ... பெறவென்ன செய்ய முடியும்?"

அப்படித்தான் போலிருக்கிறது என்று நினைத்துக்கொண்டார்கள்.

ஆறு மணியாகிவிட்டது. தாசில்தார் கிளம்பினால்தான், உதவியாளரும் நகர முடியும் என்பதால், அங்கும் இங்கும் அலைவதாக இருந்தார். முகத்தில் அவசரம்

தெரிந்துகொண்டிருந்தது. வெளியே சென்று யாரிடமோ, “வந்துருதேன், வந்துருதேன்'' என்று தாசில்தாருக்கு கேட்குமாறு போனில் பேசிவிட்டு வந்தார். தாசில்தார், மாலை செய்தித்தாள்களை முழுவதுமாக வாசித்து முடித்தார்.

ஏழு மணியாவதற்குப் பத்து நிமிடத்துக்கு முன், அந்த சண்முகம் சார் தொப்பையோடு, மெதுவாக கடமையே என்று வந்தார். அவர் நடையில் அலட்சியம், ஏமாற்றம் தெரிந்தது. ஒன்றும் பேசாமல் பட்டாவை, நீட்டினார். அவர் முகத்தில், அனலாடும் வெக்கையை தாசில்தாரும் கண்டார். “சரி” என்று அவரிடம் சொல்லிவிட்டு, தனது கைகடிகாரத்தில் மணி பார்த்தார். பார்த்துவிட்டு சண்முகம் சாரை நோக்கினார். அவர் அதைக் கண்டு கொள்ளாமலே போனார்.

பனஞ்சாடியை அழைத்து, “இந்தாங்க... ஸாரி, ரொம்ப நேரமாச்சு. இங்க இப்படித்தாம். நீங்க ஒண்ணும் நெனச்சுக்கிடாதீங்க” என்று புன்னகையோடு சொல்லிவிட்டு அவசரம் அவசரமாகக் கிளம்பினார்.

கையெடுத்துக் கும்பிட்டார், பனஞ்சாடி. அந்த கும்பிடும் கைகளுக்குள் இருந்த நன்றியையும் அவர் முகத்தில் வெளிப்பட்ட மகிழ்ச்சியையும் இதற்கு முன் பார்த்திருக்க வாய்ப்பில்லை. கண்கள் நீர் கோர்த்து நின்றது கட்டுப்படுத்திக் கொண்டாடர் அழுகையை தாசில்தார் சென்றதும் வெளியே வந்தார்கள்.

“பட்டா பட்டான்னாவோ, வெறும் பேப்பரை கொடுத்துட்டு போறாரு?” என்றார் பனஞ்சாடி.

“அதுல எழுதிருக்குல்லா. அதாம் பட்டா... வெறென்ன இருக்கும்?'' என்ற ராமசாமி அந்த பேப்பரில் எழுதப்பட்டிருக்கும் விவரங்களைப் பனஞ்சாடியிடம் விளக்கிக் கொண்டிருந்தார். அலுவலக வாசலில் இன்னும் சிலர் நின்று கொண்டிருந்தார்கள். அவர்கள் யாருக்கு நிற்கிறார்களோ?

உதவியாளரும் அந்த சண்முகம் சாரும் இவர்களையே பார்த்துக் கொண்டிருந்தார்கள். அவர்களைப் பார்த்த பனஞ்சாடிக்கு, ஓடி வந்து சட்டைப் பைக்குள் கைவிட்டு, ரூபாயை பிடுங்கிவிடுவார்களோ என்ற பயம் இருந்தது.

பிறகு, இவர்கள் காதில் விழும்படி ஆனால், யாரையோ ஏசுவது போல, “மயிராண்டியோ, எல்லாத்தையும் ஓசியிலேயே நொட்டணும்னுதாம் அலையுதானுவோ, எறப்பாளி பயலுவோ’’ என்று ஏசிவிட்டு உள்ளே போனார்கள் சண்முகம் சாரும் உதவியாளரும்.

பனஞ்சாடி, வந்த கோபத்தை அடக்கிக் கொண்டார்.

17

பஞ்சாயத்து அலுவலகத் திண்டின் தூணில் சாய்ந்து உட்கார்ந்து கொண்டு, காதில் கோழி இறகை வைத்து சுகமாகத் திருக்கிக் கொண்டிருந்தார், பனஞ்சாடி. அந்தச் சுகத்தில் கண்கள் மூடிக்கொண்டன. அவர் மனைவி வழக்கம் போல, ஊஞ்சல் ஏக்கத்தில் அதே கொடிக்கம்பத்தின் கீழ் உட்கார்ந்திருந்தாள். பூங்காவில் நடை பயிற்சி செய்பவர்கள், நடந்து கொண்டிருந்தார்கள். இளம் பிள்ளைகளின் சிரிப்புச் சத்தமும் கிண்டலும் கேலியும் அவர் காதுக்கும் வந்தது.

பட்டா கிடைத்த சந்தோஷம், ஒரு துன்பத்தில் இருந்து விடுபட்டது போல இருந்தது. கொடூரப் பற்களையும் ஆயுதங்களையும் கொண்ட அரக்கனிடம் இருந்து உயிரோடு மீண்டு வந்தது போல, ஒரு நினைப்பு. கடையநல்லூரா இல்லையென்றால் இந்த பட்டா, இப்போது கிடைத்திருக்க வாய்ப்பில்லை. ஏதாவது கிடைக்க, யாராவது ஒருவரைத் தெரிந்திருக்க வேண்டியிருக்கிறது.

மாலைக் காற்று, குளிராக வீசிக்கொண்டிருந்தது. உடலில் லேசான நடுக்கம். தாசில்தார் ஆபீஸ் போய்விட்டு திரும்பும்போது, "மூச்சு வாங்குச்சே, ஆஸ்பத்திரிக்கு போயிட்டு வருமா?" என்றார் ராமசாமி. "இப்பதாம் சரியாயிட்டுல்லா, அதெல்லாம் நமக்கு ஒண்ணுஞ் செய்யாது" என்று மறுத்துவிட்டார்.

வல்லோட்டாகக் கழுத்தின் இரண்டு பக்கமும் தொங்கப் போட்டிருந்த துண்டை எடுத்து மேனியை மூடிக்கொண்டார். இருந்தும் குளிர் எடுத்தது.

கோழி இறகைக் காதில் இருந்து உருவி, கண்ணைத் திறந்தார். மந்தை தெருவின் தூரத்தில், இன்னும் பூசப்படாமல் இருக்கும் அவர் வீடு தனித்து தெரிவது போல இருந்தது. பட்டா வாங்கிய வீடு அது. இனி, அதை யாரும் எதுவும் செய்ய முடியாது. மகனுக்கு ஒரு நல்ல காரியத்தைச் செய்து முடித்துவிட்ட திருப்தி அவருக்கு இருந்தது. வங்கி லோன் வாங்கி அவன் அதை முழுவதுமாகக் கட்டிக்கொள்வான்.

பட்டா வாங்கிவிட்டு வந்த மறுநாள், சுடலை டீ கடையில், பெருமையாகச் சொல்லிக்கொண்டிருந்தார். "ஒரு வழியா வாங்கிட்டன்டே" என்று.

"பட்டா வாங்கிட்டேரு சரி, சிட்டா?" என்று ஒரு குண்டை போட்டான், ரியல் எஸ்டேட் துரை. அவருக்கு மீண்டும் பயம் தொற்றிக் கொண்டது. இதையே இத்தனை வருடம் போராடி பெற்றிருக்கிறோம். அதை வாங்க எத்தனை வருடம் ஆகுமோ என்கிற பயம் அது.

"அதென்னய்யா, சிட்டா?" என்று அவர் அதிர்ச்சியாவதைக் கண்டு சிரித்த துரை, "பயப்படாதீரும். சும்மா சொன்னேன். அதை நம்மூர்லயே வாங்கிரலாம். இப்படி அலையாண்டாம்" என்றதும் கொஞ்சம் அமைதியானார்.

"பட்டா, சிட்டான்னா பெரிசுக்குப் பயத்தை பாரு" என்று சொல்லிவிட்டுப் பலமாகச் சிரித்தான், சுடலை. டீ குடித்துக் கொண்டிருந்தவர்களும் சிரித்தார்கள்.

இப்போது மந்தைத் தெருவை அவர் பார்த்தார். தூரத்தில் குத்தாவும் அவன் பொண்டாட்டியும் சென்று கொண்டிருக்கிறார்கள். ஆடு, மாடுகள் அடைந்து கிடந்த மந்தையும் இப்போதிருக்கும் மந்தையும் அவருக்குக் கருப்பு வெள்ளையாகவும் வண்ணங்களிலும் வந்து வந்து போயின. தானும் நண்பர்களும் தூக்குச் சட்டிகளுடன் ஆடு மேய்க்க வந்தபோது, யாருமற்ற அந்த இடத்தில் நடந்த கும்மாளங்களும் இப்போது பெருங்கூட்டம் கொண்ட வீடுகளை அடுக்கி வைத்திருக்கும் தெரு, அமைதியற்று சீரியலுக்குள் அடங்கி கிடக்கும் நிலைமையையும் நினைத்துப் பார்த்து புன்னகைத்துக் கொண்டார்.

இனி நிலங்கள் மனைகளாகும். மனைகள், வீடுகளாகும். தன் காலத்திலேயே பொத்தை குவிந்த மந்தை, வீடுகளால் நிறைந்து விட்டது. தன் மகனுக்கு வயதாகும்போது ஊருக்கு வெளியே இருக்கும் வயக்காடுகள் மனைகளாகி, பின் வீடுகளாகும் என நினைத்தார். மேய்ச்சல் நிலங்களற்று கால்நடைகள் காட்சிப் பொருளாகவும் மாற வாய்ப்பிருப்பதாக, நினைத்தவருக்குத் திடீரென்று கவலை வந்து உட்கார்ந்துகொண்டது.

இப்போது அவருக்கு இருமல் வந்தது. தூணில் இருந்து நிமிர்ந்து சாய்ந்தபடி இருமினார். கொஞ்சம் அதிகமாகவே நெஞ்சு வலித்தது. மூச்சு, மேலும் கீழுமாக இழுத்தது. கொடி கம்பத்தில் இருந்த லட்சுமியாச்சி, “எவ்வளவு இருமுனாலும் பீடி சனியன மட்டும் விடாதிரும், பொசக்கட்ட மனுஷன்” என்று ஏசினாள்.

வழக்கமாக அவள் பேச்சுக்கு ஏதாவது பதில் பேசும் பனஞ்சாடி, இப்போது ஒன்றும் சொல்லவில்லை. தரைப்பார்த்து சளியைத் துப்பினார். சளி, தொண்டைக்குள் நின்று மூச்சை அடைத்தது. பின் இருமி முடித்துவிட்டு, அப்படியே தூணில் சாய்ந்தார். மூச்சு அதிகமாகவே மேலும் கீழும் இழுத்தது.

திடீரென்று கொஞ்சம் தூரத்தில் படுத்துக்கிடந்த கால் ஊனமான செந்நிற நாய் ஒன்று, இவர் அருகில் வந்து குரைத்தது. “எங்க வந்து குலைக்க, ஒன்னைய...?” என்று லட்சுமியாச்சி, “ஓடு நாயே” என்று தூரத்தில் நின்றே சத்தம் கொடுத்தாள். பிறகு குனிந்து கல் ஒன்றை எடுத்து அதன் மீது எறிந்தாள். நாய் கொஞ்சம் தூரமாக ஓடி நின்று திரும்பிப் பார்த்து மீண்டும் குரைத்தது.

இருட்டத் தொடங்கியதும் லட்சுமியாச்சி, “வாரும் போவும்” என்று கூப்பிட்டாள், அவரை. சமீபகாலமாக அவள் கூப்பிட்டதும் சத்தம் போடாமல் கிளம்பிவிடும் பனஞ்சாடி, இன்று அப்படியே உட்கார்ந்திருந்தார்.

“உம்மதாம் கூப்பிடுதேன். காது அவிஞ்சு போச்சா, ஒமக்கு?” என்றாள். பதில் பேசவில்லை பனஞ்சாடி.

“நீரு யாரு சொல்லி எதை கேட்டிருக்கேரு... நா ஒருத்தி இங்க தொண்டைய போடுதம்லா, வாரும்...” என்று அவரை முறைத்தபடி நின்றாள்.

பதில் வராததால், மீண்டும் ஏசியபடி, அருகில் வந்து, "ஒங்களதாம்.." என்று அவரை அங்கும் இங்கும் ஆட்டினாள். மேல் பக்கமாகச் சரிந்து விழுந்தார் பனஞ்சாடி. அவரிடம் மூச்சில்லை. மூக்கின் வெளியே கட்டியாக உறைந்திருந்த சளி அடைத்து நின்றது.

சொந்தக்காரக் கூட்டம் கூட்டியிருந்தது. மந்தை தெரு முழுவதும் ஆட்கள். வெயிலுக்காக, பஞ்சாயத்து போர்டுக்கு எதிரில் இருந்த மரத்தினடியில் சிலர் உட்கார்ந்திருந்தார்கள். ''இங்ஙன உக்காந்திருந்த மனுஷம்தான் திடீர்னு போயிட்டாரு" என்று பேசிக்கொண்டே அந்த இடத்தைப் பார்த்தார்கள். அழுகைச் சத்தம் தெருத்தாண்டி கேட்டுக் கொண்டிருந்தது. மேலத்தெரு மாடத்தியாச்சி, ஓங்கி பாடிய ஒப்பாரியில், நான்கைந்து வயதானப் பெண்கள், அவளை அணைத்துக்கொண்டு, அழுது கொண்டிருந்தார்கள்.

"நல்லாருந்த மனுஷம், இப்படி திடுதிப்புன்னு போய் சேர்ந்துட்டாரே?"

"நல்லதுன்னு நெனச்சிக்கோ, கெடையில கெடக்காம போனாரே... கெடந்தா எல்லாருக்கும்லா எமத்து... ஆண்டவன் அந்த வெதத்துல, நல்ல வெதமாதாம் அவரை அழைச்சிருக்காம்"

"இதென்ன சாவப் போற வயசா?"

"எல்லாம் நம்ம கையில என்ன இருக்கு?"

"கடைசி காலத்துல பட்டா பட்டான்னு கெடந்து தவிச்சாரு..."

"ரோட்டுல பாத்தா போதும், எல்லாரையும் விசாரிச்சுட்டுதாம் விடுவாரு...'

வீட்டுக்கு வெளியில் கூடியிருந்த பெண்கள் வாயில் சேலையை வைத்தபடி இப்படி பேசிக்கொண்டிருந்தார்கள். நெருங்கிய சொந்தங்கள் 'கோடி' போட்டார்கள்.

நடக்க முடியாத கால்களுடன், பேரனின் பைக்கில் வந்த கந்தன், பனஞ்சாடியைப் பார்த்து கலங்கினார். கடைசி நண்பனையும் இழந்து விட்டோம் என்கிற ஏக்கம். அடுத்து தன்னை எப்போது அழைக்கப் போகிறானோ என்ற பயமாகவும் இருக்கலாம்.

ஏராளமானக் கதைகளையும் ஊரின் மொத்த

ஞாபகங்களையும் நெஞ்சுக்குள் அடைத்து வைத்திருக்கிற பனஞ்சாடி, எந்த ஞாபகமும் இன்றி தூங்கிக்கொண்டிருந்தார், சடலமாக. இனி மந்தை பற்றிப் பேசவும் ஊரின் அருமை பெருமை சொல்லவும் வேறு யார் இருக்கிறார்கள்? அவர் ஆடு மேய்த்த போது, அலைந்த பெண்களின் ஒப்பாரி சத்தங்களுடனும் குடிகாரப் பயல்களின் சண்டைச் சத்தங்களுடனும் துஷ்டி வீடு, கொஞ்சம் துக்கமாகவும் அதிகச் சச்சரவுமாக இருந்தது. வயதான சாவு என்பதால், அதிக சோகமில்லை.

வீட்டுக்கு வெளியே, பூக்களால் அலங்கரிக்கப்பட்ட நாற்காலியில், பனஞ்சாடியின் உடலைக் கட்டி வைத்திருந்தார்கள். நாடிக்கும் தலைக்கும் வெள்ளைத் துணியால் ஒரு கட்டு. புது வெள்ளைச் சட்டை, வேட்டியில் அவர் உடல் வைக்கப்பட்டிருந்தது. இரண்டு கண்களிலும் சந்தனம் அப்பப்பட்டிருந்தது. தனது இறுதிப் பயணத்தைத் தொடங்க தயாரானார், பனஞ்சாடி.

பாடையில் வைக்கப்பட்டிருந்த பனஞ்சாடியின் காலில் தலை வைத்து, அவர் மனைவியும் மகளும் மருமகளும் ஏங்கி ஏங்கி அழுதுகொண்டிருந்தார்கள். நான்கு பக்கமும் சொந்தக்கார இளைஞர்கள் நின்று கொண்டார்கள்.

"செரி, செரி தள்ளிப் போங்க" என்று சொல்லிவிட்டு பாடையைத் தூக்கக் குனியும்போது வேகமாக ஒரு குரல் பதட்டத்தோடு கேட்டது, "எய்யா செத்த நில்லுங்க.. நில்லுங்கய்யா... நில்லுங்க.., அந்த மொகத்தை கடைசியா ஒரு மட்டம் பாத்திருதேன்..." என்று. பாடையைத் தூக்கக் குனிந்தவர்கள், எழுந்து நின்று பார்த்தார்கள். வேக வேகமாக வந்ததால், மூச்சு வாங்கியபடியே படபடப்பாக நின்று கொண்டிருந்தாள், சுடலி. அவளுக்கும் பனஞ்சாடிக்குமான உறவு பற்றி அங்கிருப்பவர்களுக்குத் தெரிய வாய்ப்பில்லை.

இளம் வயதில் வயக்காடுகளில் ஓடியாடித் திரிந்த அறியா காதலின் நினைவுகளைச் சுமந்து வந்த ஏக்கம் முழுவதும், சுடலிக்குக் கண்ணீராக வெளியேறியது. பனஞ்சாடி தூங்கிக் கொண்டிருப்பது போல கிடந்தார். திருகிய மீசையின் ஒரு பகுதி கீழே மடங்கியிருந்தது. அவர் நெற்றித் தழும்பைப் பார்த்தாள். அக்கம் பக்கத்து ஆட்களை நினைத்துக் கண்ணீரைக் கட்டுப்படுத்திக் கொண்டாள்.

துணிப்பைக்குள் வைத்திருந்த சின்ன மாலையை எடுத்து,

வானம் நோக்கி, படுத்திருக்கும் பனஞ்சாடியின் கழுத்தில் போட்டுக் கும்பிட் டாள். இப்போது, பனஞ்சாடி நிறைவான உறக்கத்தில் இருப்பது போல அவளுக்குத் தெரிந்தது. இரண்டு கையையும் ஒன்றாக்கி, "மாராசன் போயிட்டு வாரும்யா" என்றாள், அவர் முகம் பார்த்து.

கண்ணீரும் நினைவுகளும் ஊறத் தொடங்கியது, அவளுக்கு.